英語・中国語・ベトナム語 全翻訳付き | with English, Chinese and Vietnamese translations

Reading Road

多様な日本を読む

著 **AJALT** 公益社団法人
国際日本語普及協会

Reading Japan from Many Angles

阅尽日本的不同面貌　Đọc hiểu về mọi mặt đất nước Nhật Bản

初中級〜
N4, N3レベル
Pre-Intermediate〜

はじめに

　日本語の初級段階の学習は、一般的に「話す」ことに主眼がおかれます。「読み」「書き」については、習った表現や文型を記述したり、音読したりすることだけに終始しがちです。ある程度の基本的な初級文型や表現を習得した学習者に、未だ初級半ばの日本語力であっても、学習者がすでに持っている知識や想像力をも総動員させてチャレンジできる教材を提供することは、日本語教師にとって長年の課題であるとともに、挑戦です。

　本書は、日本の文化、事情、社会現象などを扱っていますが、学習者の視野を広げ、関心や興味を豊かなものにすることを第一義としています。したがって、日本に対する知識理解の教材ではありません。食、芸術、文学、環境問題、先端科学技術、平和と戦争、命など普遍的であり、グローバルな視点が盛り込まれています。

　練習のための練習ではない、知的レベルや興味、探究心などに見合った内容、つまり母語話者が読んでも面白いと思える内容が、学習中の言語で「読めた」、「わかった」という成功体験、喜びの体験を積み重ねて、中級へと学習を継続していってもらいたいと考えています。その願いを実現するために、『Reading Road—多様な日本を読む』を刊行いたします。

2019年春　著者一同

Introduction

　Japanese lessons for beginners tend to mainly focus on "speaking." For "writing" and "reading," students are typically only asked to write down phrases and sentences or read texts out loud.

　We have created a textbook that allows beginner's-level students to utilize their newly acquired language skills for expanding their knowledge and challenging their mind.

　This textbook provides information on the Japanese culture, society, and history in order to expose students to a wide range of issues related to Japan and help expand their interests. The book is not a primer on Japan, but it does cover topics of universal and global interest, including food, arts, literature, the environment, science and technology, war and peace, and life.

　Instead of practicing for practice's sake, students will use their language skills to read contents that will pique their intellectual curiosity and feed their desire for knowledge. They will find articles they would enjoy reading in their own native languages. The objective of this textbook is to deliver lessons that reward the students with a sense of accomplishment and enjoyment from finishing each article and learning something new and to help them move onto the intermediate-level Japanese.

　These are the goal of "Reading Road - Reading Japan from Many Angles."

序言

　初级日语的学习一般注重说的能力。读和写经常只是不停重复读写学习到的表现和句型。给学习初级的基本句型和表现到一定程度的学习者制作一份日语教材，让那些连初级水平一半都不到的学习者，也能总体运用既有的知识和想象力来挑战阅读，是作为日语教师长年的课题，同时也是一项挑战。

　本书提及日本文化、实情、社会现象等，最主要的目的是拓展学习者的视野并增加能让学习者感兴趣的项目。因此，此教材并非用来理解与日本有关的知识，而是具备普遍性和全球性观点，如饮食、艺术、文学、环境问题、先端科技、和平与战争、生命等的读物。

　此教材的目的不是要学习者为练习而练习，而是希望借着知性的、令人感到津津有味并能激发好奇心等的内容，母语话者读起来也觉得有意思的内容，让学习者用学习中的语言阅读并理解，累积成功和喜悦的体验，之后有意愿继续进阶到中级课程。『Reading Road－阅尽日本的不同面貌』的出版就是为了实现这个愿望。

Lời nói đầu

　Học viên tiếng Nhật trình độ sơ cấp thông thường được tập trung phát triển kỹ năng "nói". Về kỹ năng "đọc", "viết" thường có xu hướng chỉ dừng lại ở mức đọc cơ bản và viết những mẫu câu, mẫu ngữ pháp đơn giản. Việc cung cấp giáo trình phát huy được kiến thức đã học của học viên ở mức độ sơ cấp có trình độ ngữ pháp nhất định hoặc tiền sơ cấp là một vấn đề làm cho giáo viên tiếng Nhật luôn phải trăn trở và là một thử thách.

　Giáo trình này viết về những vấn đề xã hội, thời sự, văn hoá Nhật Bản, việc mở rộng tầm nhìn và làm gia tăng mối quan tâm hứng thú là ý nghĩa đầu tiên. Do đó, đây không phải là giáo trình để lý giải những kiến thức về văn hoá Nhật Bản. Giáo trình viết về nhiều vấn đề, từ vấn đề đời thường như ăn uống, nghệ thuật, văn học, vấn đề môi trường, vấn đề khoa học kỹ thuật tiên tiến, hoà bình và chiến tranh, sinh mệnh con người... đến những vấn đề mang tính toàn cầu.

　Đây không phải là những bài tập dùng để luyện tập, đây là những bài đọc có những nội dung phù hợp với trình độ tri thức, gây ra hứng thú và thúc đẩy tính tò mò, mà ngay cả người bản xứ đọc cũng thấy thú vị. Học viên với trình độ của mình có thể trải nghiệm thành công thoả mãn bản thân khi đã "đọc được" hoặc "hiểu được vấn đề", từ những tích luỹ ấy người học tiếp tục tiến lên con đường trung cấp, đó là tâm tư nguyện vọng của chúng tôi.

　Để thực hiện ước mơ đó, chúng tôi cho xuất bản " Reading Road- Đọc hiểu về mọi mặt đất nước Nhật Bản"

もくじ

- ■ はじめに　Introduction / 序言 / Lời nói đầu　　iii
- ■ 特徴と使い方　How to Use This Textbook / 特色及使用方法 / Đặc điểm và cách dùng giáo trình　　vi

Chapter 1　和(わ)

Lesson 1	たすきをつなぐ　Tasuki Relay / "接力带" 连接的驿传精神 / Chạy đua tiếp sức truyền vòng Tatsuki	3
Lesson 2	同じ釜の飯(おな・かま・めし)　Eating from the Same Pot of Rice / 同吃一锅饭 / Cơm cùng một nồi	9
	もっと読んでみよう①　おべんとうと梅(うめ)ぼし	13
	もっと読んでみよう②　あなたは何(なに)べん？	14
Lesson 3	オバマ　イン　ヒロシマ　Obama in Hiroshima / 奥巴马在广岛 / Obama thăm Hiroshima	17
	安倍首相が真珠湾を訪問(あべしゅしょう・しんじゅわん・ほうもん)　Prime Minister Shinzo Abe Visits Pearl Harbor / 安倍首相访问珍珠港 / Thủ tướng Abe đến thăm Trân Châu Cảng	19
	もっと読んでみよう①　日本に落とされた原子爆弾（原爆）(げんしばくだん・げんばく)	21
	もっと読んでみよう②　禎子(さだこ)さんの話	22

Chapter 2　心(こころ)

Lesson 1	もったいない　Mottainai / 浪费 / Mottainai (Phí phạm)	27
Lesson 2	魚(さかな)のとむらい　Funeral of Fish / 鱼的葬礼 / Đám tang loài cá	33
	大漁(たいりょう)　A Rich Haul / 渔获大丰收 / Mẻ cá lớn	34
	雀(すずめ)のかあさん　Mother of a Sparrow / 麻雀的妈妈 / Mẹ chim sẻ	35
	もっと読んでみよう①　おさかな	37
	もっと読んでみよう②　金子(かねこ)みすゞのライフヒストリー	38
Lesson 3	奇跡の一本松(きせき・いっぽんまつ)　Miracle Lone Pine Tree / 一棵奇迹之松 / Một cây Thông kỳ tích	41
	もっと読んでみよう①　津波(つなみ)てんでんこ	45
	もっと読んでみよう②　五重塔(ごじゅうのとう)からスカイツリーへ	46

Chapter 3 美(び)

Lesson 1	今年の漢字(ことしのかんじ) Kanji of the Year / 今年的汉字 / Hán tự của năm	51
Lesson 2	虫の声？ 虫の音？(むしのこえ むしのおと) Voice of Insects or Sounds of Insects? / 虫声？虫音？ / Tiếng của côn trùng? Âm thanh côn trùng?	57
	もっと読んでみよう① 耳をすませて(みみ)	61
	もっと読んでみよう② 古典文学と虫たち(こてんぶんがく むし)	62
Lesson 3	人生は旅(じんせい たび) Life is a Journey / 人生即旅程 / Cuộc đời là những chuyến đi	65
	もっと読んでみよう① 国際的になったHAIKU(こくさいてき)	69
	もっと読んでみよう② 芭蕉は忍者だった？(ばしょう にんじゃ)	70

Chapter 4 遊(ゆう)

Lesson 1	マンガから未来が見える(みらい み) When You Read Manga, You See the Future / 从漫画中看到未来 / Nhìn về tương lai qua Manga	75
Lesson 2	無限に遊ぶ(むげん あそ) Infinite Plays / 在无限的空间中游戏 / Chiến đấu vô hạn	81
	もっと読んでみよう① 「だめ」は碁盤の上に(ごばん うえ)	85
	もっと読んでみよう② 人工知能の時代も人間らしく(じんこうちのう じだい にんげん)	86
Lesson 3	お化けはこわい？(ば) Are Ghosts Scary? / 妖怪很恐怖？ / Ma có thực sự đáng sợ?	89
	もっと読んでみよう① こわいもの見たさ	93
	もっと読んでみよう② 妖怪を愛した外国人 ～小泉八雲～(ようかい あい がいこくじん こいずみやくも)	94

Chapter 5 生(せい)

Lesson 1	生涯現役(しょうがいげんえき) Staying Active at Work for Life / 生涯现役 / Cả đời làm việc	99
Lesson 2	森は生きている～東京都の大自然～(もり い とうきょうと だいしぜん) Living Forest: the Great Nature in Tokyo Metropolis / 活森林～东京都的大自然～ / Rừng vẫn sống ~ Mẹ Thiên Nhiên ở thành phố Tokyo~	105
	もっと読んでみよう① イチョウの復活(ふっかつ)	109
	もっと読んでみよう② 追われる森の人たち(お もり ひと)	110
Lesson 3	国生み(くに) Creations / 列岛诞生 / KUNIUMI (Nguồn gốc khai sinh đất nước)	113
	イザナギ・イザナミ Izanagi and Izanami / 伊邪那岐、伊邪那美 / Izanagi, Izanami	
	もっと読んでみよう① 死者の国から逃げる(ししゃ くに に)	117
	もっと読んでみよう② 一日に千人死んで、千五百人生まれる(いちにち せんにんし せんごひゃくにんう)	118

■巻末付録：本文翻訳(英語・中国語・ベトナム語) 122
Full text translation / 全文翻译 / Bản dịch toàn văn (English・Chinese・Vietnamese)

たしかめよう　解答 Answers / 答案 / Trả lời　143　　グラマーノート(和文) 144

特徴と使い方　How to Use This Textbook / 特色及使用方法 / Đặc điểm và cách dùng giáo trình

1 テーマ別・レベル別構成

　人間の普遍性を表す5つのテーマ「和　心　美　遊　生」を選んで、Chapterとしました。目次や各Chapterの扉やその裏のページ、そしてLessonの扉を参考に、関心の赴くところ、どこからでも始めることができます。

　各Chapterは、3つのレベル別Lessonから成ります。Lesson 1→Lesson2→Lesson 3へと段階的に難易度が上がっていく構成となっています。文字のサイズが小さくなり、漢字が増え、テキスト全体の分量も長くなっていきます。したがって、Lesson 1のレベルが適切な学習者は、各ChapterのLesson 1を学習し終えてから、Lesson2、Lesson3へと に進むことをお勧めいたします。なお、Lesson2、Lesson3では、「もっと読んでみよう」というさらにチャレンジしたい人のためのコラム的な読み物を用意しています。そのLessonでのトピックについて、より理解を深めることができます。

1. Theme of Each Chapter
　Each chapter of this book is dedicated to "harmony," "heart," "beauty," "play," and "life," all of which are of universal concern for people everywhere. Take a look at the table of contents, cover page for each chapter and its back side, and cover page for the lessons. Look for a topic that piques your interest and start any chapter you like.

　Each chapter comprises lessons at three different levels. They become more challenging as you move from Lesson 1 to Lessons 2 and 3, with decreasing font sizes, increasing number of kanji, and larger volumes of text. If you feel you are at a Lesson 1 level, then you can complete all of the Lessons 1 in various chapters and then move onto Lessons 2 and 3. In the Lessons 2 and 3, you will find additional reading materials titled, "もっと読んでみよう" that offer more challenging articles to read. Complete the lessons to deepen your understanding of each topic.

1. 以不同主題・不同水平組成
　本书挑选 和 心 美 游 生等五个代表人类普遍性的主题作为章节名称。请参考目录、各章节首页和后页及每课的首页，从你感兴趣的地方开始阅读，无需按照章节编排。

　每章有三种不同水平的课文。由Lesson 1 → Lesson2 → Lesson 3，难度渐增，字体变小，汉字数量增加，文章分量也加长。因此，日语水平适合Lesson 1的学习者，建议在学习完每章的Lesson 1后，再学习Lesson2和Lesson3。此外，为了那些希望增加更多阅读量的学习者，Lesson2和Lesson3 设有进阶阅读的专栏文章，阅读后能更加深入理解该课的主题。

1. Cấu tạo theo trình độ・chủ đề
Chúng tôi lựa chọn 5 chủ đề thể hiện tính thông tục của con người "Hoà Tâm Mỹ Du Sinh" để làm chủ đề cho từng Chapter (chương). Độc giả tham khảo phần phụ lục và ô vuông tóm tắt nội dung từng chương và phần trang sau của chương đó, có thể bắt đầu bất kỳ chỗ nào mà mình quan tâm.
　Từng chương, các lesson được hình thành bằng 3 trình độ khác nhau. Từng chương có cấu tạo theo mức độ tăng tiến về mức độ khó dễ từ Lesson 1→Lesson2→Lesson 3. Cỡ chữ nhỏ đi, Hán tự nhiều hơn và phần bài đọc dài hơn. Do đó chúng tôi khuyến khích các bạn hoàn tất lesson 1 của từng chương sau đó tiến đến lesson 2, lesson 3. Ngoài ra, chúng tôi thêm phần đọc thêm ở phần "Motto yondemiyou" cho những học viên muốn thử thách hơn.
　Các bạn có thể nâng cao khả năng đọc hiểu về đề tài ở lesson đó.

2 SNSの活用と多様な視点・相互理解

　近年、SNSなどの普及により、日常生活での読みの重要性は、格段に増したといえます。いきなり、まとまった文章を読まずとも、ミニブログなどの短い文章を読んだり、ショートメールを読んだりして、日常的な読みの利便性から獲得していくのは有効な方法でしょう。

　各Lessonの扉には、本文を読む前のウォームアップとして、これから読んでいく話題の鍵となる写真やイラストに加え、日常的な言葉で語られた短いコメントがミニブログ形式で掲載されています。話題に関連した知識を引き出したり、本文の内容を予測したりできるように配慮しています。

　コメントの内容は、同じ事象に対しても、文化の違い等によって、称賛、反発、クール、違和感、奇異など、受け止め方や感想、評価などさまざまなものです。本書では、日本的なものの考え方を紹介するとともに、学習者である外国人の声に耳を傾け、様々な視点を取り上げ、ひいては相互理解の

一助としたいものです。クラス授業の場合は、口頭で話し合って刺激し合う素材となります。しかし、この短いコメントの内容は、本文を読み始める前に一字一句正確にわからなくても、気にせずに進みましょう。

2. SNS for Diverse Viewpoints and Mutual Understanding

You probably use your reading skills more than ever these days for accessing the SNS. You do not need to embark on big bodies of texts in order to practice reading. You can, instead, read short blogs and texts that people post online for exposing yourself to writings in Japanese.

On the cover page for each Lesson, you will see photos and illustrations, as well as a mini blog related to the topics being covered. Take a look at them to figure out what you are about to read.

You will find comments that reflect diverse viewpoints. People respond differently based on their backgrounds. They may think something is agreeable or disagreeable, cool or different, or strange. You will see typical "Japanese" reactions, as well as diverse opinions from people from other cultures. These comments are meant to help students deepen their mutual understanding.

These materials might also be used in a classroom setting to stimulate conversations. You do not need to completely follow each comment. Just glance at them before you proceed.

2. 活用 SNS 和各种观点・相互理解

近年，SNS 等的普及更加提高了平时阅读的重要性。无需一开始就阅读长篇文章，从一些平时随手可得的微博里的短文或短信着手也不失为好方法。

每课首页是阅读课文前的暖身运动，以微博的形式呈现，内容包括接下来要阅读的话题里的关键照片或插图和以日常口吻写的短评。导引出话题的相关知识，让学习者更容易预测课文内容。

评语的内容五花八门，因文化差异等而对同一现象产生的称赞、反对、新颖、具违和感、特别等不同的理解方式以及感想或评价等。本书在介绍日式思考的同时，也希望能听听外国学习者的心声，列举出各种观点以便能促进相互理解。在上课时，这些短评能成为口头讨论相互刺激的素材。不过，在正式阅读课文前，只需大致浏览短评的内容即可，不用一字一句进行理解。

2. Việc tận dụng chức năng SNS và việc trao đổi suy nghĩ・cách lý giải với nhau

Những năm gần đây, việc phát triển của công nghệ SNS, tầm quan trọng việc đọc hiểu trong cuộc sống hàng ngày càng ngày càng tăng một cách rõ rệt. Chúng ta không thình lình đọc những văn bản cao cấp mà bắt đầu đọc những đoạn văn nhỏ ở các trang blogs, những đoạn email ngắn cũng là một cách thức hữu hiệu thông tin bằng những việc đọc những thông tin nhỏ thường ngày.

Phần tóm tắt nội dung từng lesson có chức năng khơi dẫn trước khi đọc, cùng với những hình ảnh phụ hoạ làm chìa khoá cho đề tài sắp đọc, những mẩu bình luận ngắn được viết theo văn phong nói thường ngày được đăng lên theo dạng mini blog. Chúng tôi quan tâm đến việc đúc kết được những kiến thức liên quan đến đề tài hoặc khơi gợi khả năng suy đoán nội dung bài đọc.

Nội dung những lời bình luận, cho dù cùng một sự vật sự việc nhưng do sự khác biệt về văn hoá sẽ có những ý kiến trái chiều như tán thưởng, phản bác, điềm tĩnh, cảm thấy khác thường, khác biệt hay những khác biệt về việc cảm nhận và đánh giá. Trong giáo trình này, ngoài việc giới thiệu cách suy nghĩ mang tính Nhật Bản, cũng quan tâm lắng nghe tiếng nói của người học là những người nước ngoài, nhìn từ nhiều quan điểm, giúp nâng cao khả năng thấu hiểu nhau nhiều hơn. Trong những giờ học trong lớp, đây là một giáo trình giúp cho học viên cùng nhau thảo luận, tranh luận. Tuy nhiên, những nội dung bình luận nhỏ này, trước khi đọc đoạn văn chính, không cần hiểu từng câu từng chữ, chỉ cần đọc lướt và nắm ý.

3 たしかめよう

本文の内容理解を確認する設問と、学習者自身の考えを問う設問を設けています。

3. Comprehension

The questions are designed to check your comprehension and to ask about your feelings and reactions.

3. 确认

确认是否理解课文的内容以及让学习者进行思考的问题。

3. Xác nhận lại

Chúng tôi có phần câu hỏi để xác nhận khả năng hiểu nội dung đoạn văn và suy nghĩ của học viên về nội dung đoạn văn.

4 グラマーノート

Lessonごとに軸となる言葉や表現の学習も備えています。全Chapter、全Lessonを学習すると、おのずから初級終了程度の文型がカバーされる仕組みになっています。本書はもとより読解が中心であり、文型練習そのものを主眼とする教材ではありませんが、内容理解を支援する重要な文法事項は、主に本文から引用した例文を提示し、英語、中国語、ベトナム語で解説されています（文法解説の和文は、巻末に掲載）。

■グラマーノートの例文について：

［例］・ごちそうを食べながら、テレビで駅伝を見ます。(p.4, l.5 simp.)

※（p.4, l.5 simp.）は本文からの引用ページと行数を表す。

※ simp. ＝本文を簡略化していることを示す。

※ 引用が明記されていない場合は作例。

4. Grammar Notes

You will learn key vocabulary and phrases with each Lesson. You will complete the beginner's level grammar by the time you finish all the Chapters and Lessons. This is a textbook for reading comprehension and does not include grammar practices. However, key points of grammar, that are required for your comprehension, are explained in English, Chinese, and Vietnamese with sample phrases. You will also find descriptions of grammatical rules in Japanese at the end of the textbooks.
Sample Grammar Notes:
[Example]
・ごちそうを食べながら、テレビで駅伝を見ます。(p.4, l.5 simp.)

※（p.4, l.5 simp.）: page and line numbers in the text.
※ simp. ＝ the text has been truncated.
※ No reference: the sentence is not from the texts.

4. 语法笔记

每课设有学习中心词语和表现的部分。学完所有章节和课程后，能自然习得相当初级水平的句型。本书旨在阅读理解，并非着眼于句型练习的教材，但是对于能帮助理解内容的重要语法项目，会引用课文的例句，以英语、汉语、越南语加以说明（日语的语法解说置于卷末）。
关于语法笔记的例句：
［例］・ごちそうを食べながら、テレビで駅伝を見ます。(p.4, l.5 simp.)

※（p.4, l.5 simp.）表示引用课文的页数和行数。
※ simp.＝课文的简化形式。
※ 无标明引用的是自造的句子。

4. Giải thích ngữ pháp

Từng lesson có phần giải thích những từ vựng và cách nói trọng tâm. Khi học tất cả các chapter và lesson, thì mức độ ngữ pháp bao trùm diện rộng từ đầu sơ cấp đến hết sơ cấp.
Giáo trình này cơ bản là một giáo trình đọc hiểu, không phải là giáo trình luyện tập về mẫu câu ngữ pháp, tuy nhiên những mục văn phạm chính hỗ trợ cho việc hiểu nội dung được trích dẫn ra từ những bài đọc, kèm theo những ví dụ được giải thích sang tiếng Anh, tiếng Trung Quốc, tiếng Việt (phần tiếng Nhật giải thích ngữ pháp được đăng vào cuối giáo trình)
"Những ví dụ trong phần giải thích ngữ pháp

Ví dụ:・ごちそうを食べながら、テレビで駅伝を見ます。(p.4, l.5 simp.)
(Tôi vừa dùng bữa vừa xem Ekiden trên tivi)
※（p.4, l.5 simp.）có ý nghĩa trang được và số dòng được trích dẫn ra.
※ simp. ＝ có nghĩa là đơn giản hoá đoạn văn.
※ Những câu nào không có ghi chú trích dẫn là những ví dụ được tự đặt ra.

5 Key 漢字

Lessonごとに、読解のキーワードとなる漢字をKey漢字として提示しています。例えば、『たすきをつなぐ』のLessonでは、「協力」「伝える」「道」、『オバマ　イン　ヒロシマ』のLessonでは「世界」「願う」など、それぞれの内容理解に欠かせない漢字を取り上げています。それぞれの漢字が持つ造語力に注目し、語彙力を養うことも目指し、例えば「力」を三つ重ねる字形そのものが、チームワークを表現している点に着目するなど、その目的を、機械的な漢字学習を超えたところに置いています。

5. Key Kanji

Key kanji characters that are essential for your comprehension are listed for each lesson. They are, for example, 協力, 伝える, 道 in たすきをつなぐ and 世界 and 願う in オバマ　イン　ヒロシマ.
Instead of rote learning, you will study how the kanji characters are formed. You will learn, for example, that a combination of three 力 parts represents teamwork in the character 協.

5. Key 汉字

每课会把成为阅读理解关键词的汉字作为 Key 汉字，如『接力带连接的驿传精神』里的协力、传える、道或『奥巴马在广岛』里的世界、愿う这些在理解内容时不可或缺的汉字。此教材也希望提升学习者的词汇能力，因此注重每个汉字的构词能力，譬如三个力结合在一起就表示合作。这样说明的目的就是要跳脱机械式的汉字学习方式。

5. Những Hán tự chính

Từng lesson sẽ có những Hán tự làm từ khoá cho bài đọc hiểu được đưa ra như những Hán tự chính. Ví dụ, trong lesson "chạy đua tiếp sức truyền vòng tasuki" có những Hán tự như「協力」「伝える」「道」hay trong bài "Obama in Hiroshima" thì có những Hán tự như「世界」「願う」, đây là những Hán tự có chức năng không thể thiếu trong việc hiểu nội dung của bài đọc. Chúng ta chú ý đến khả năng tạo từ ghép có Hán tự đó nhằm nuôi dưỡng năng lực từ vựng. Ví dụ, Chúng ta chú ý đến Hán tự được cấu thành từ ba bộ「力」ở đây thể hiện tinh thần đội nhóm, việc hiểu ý nghĩa này giúp thoát ra được cách học Hán tự một cách máy móc.

6 巻末付録

- 本文、「もっと読んでみよう！」①・②の英語、中国語、ベトナム語全文翻訳
- 「たしかめよう」Ⅰの解答、Ⅱの1., 2.の解答例
- 「グラマーノート」（文法解説）の和文

6. Appendix
- English, Chinese, and Vietnamese translations of the main texts and もっと読んでみよう！①・②
- Ansers to たしかめよう Ⅰ and sample responses to Ⅱ -1., 2.
- Japanese version of the Grammar Notes.

6. 卷末附录
- 课文、「もっと読んでみよう！」①・②的英语、汉语、越南语文章均带翻译
- 「たしかめよう」Ⅰ的解答、Ⅱ的1.、2. 的解答范例
- 「グラマーノート」（日语语法解说）

6. Phụ lục cuối giáo trình
- Phần dịch tiếng Anh, Trung Quốc, tiếng Việt của bài đọc chính và phần ①・② của phần「もっと読んでみよう！」
- Phần ví dụ giải thích「たしかめよう」Ⅰ và 1., 2. của Ⅱ
- Phần nguyên tác tiếng Nhật của phần「グラマーノート」(giải thích ngữ pháp)

7 漢字表記とルビ

- 各Lessonの扉：日本語能力試験N5、N4相当の漢字を使用し、総ルビ。
- Lesson 1 Lesson 2：N5、N4相当の語彙は漢字表記し、ルビは無し。N3相当以上の漢字語彙にはルビを付けた。
- Lesson 3：N5、N4、N3相当の語彙は漢字表記し、ルビは無し。N2相当以上の漢字語彙はルビを付けた。
- 全Lessonを通して、固有名詞、地名は総ルビ。

7. Kanji and Ruby Characters
- Cover page for each Lesson: Kanji characters for the Japanese Language Proficiency Test N5 and N4 levels. Ruby characters used for all kanji.
- Lesson 1 Lesson 2 : Kanji with no ruby for the N5, N4-level vocabulary. Ruby used for the N3 kanji or above.
- Lesson 3 : Kanji with no ruby for the N5, N4, N3-level vocabulary. Ruby used for the N2 kanji or above.
- Ruby used for all proper nouns in all Lessons.

7. 汉字表记和注音假名
- 每课首页：使用日本语能力测验N5、N4的汉字，全部附注音假名。
- Lesson 1 Lesson 2：N5、N4 的词语以汉字表记，无注音假名。N3 以上汉字的词语附注音假名。
- Lesson 3：相当N5、N4、N3 的词语以汉字表记，无注音假名。N2 以上汉字的词语附注音假名。
- 每课的专有名词、地名都附注音假名。

7. Hán tự và phiên âm cách đọc
- Phần ô vuông tóm tắt mỗi lesson: sử dụng Hán tự tương đương N5, N4, tất cả đều phiên âm cách đọc.
- Lesson 1 Lesson 2: từ vựng tương đương N5, N4 thì được viết bằng Hán tự nhưng không có phiên âm cách đọc. Những từ vựng Hán tự trên N3 thì sẽ có phiên âm cách đọc.
- Lesson 3: Những từ vựng tương đương N5, N4, N3 thì viết bằng Hán tự và không có phiên âm cách đọc. Từ vựng Hán tự có mức độ trên N2 sẽ có phiên âm cách đọc.
- Tất cả các lesson: những danh từ riêng và tên địa danh đều có phiên âm cách đọc.

Chapter 1

和
わ

凱風快晴『富嶽三十六景』より
がいふうかいせい　ふ がくさんじゅうろっけい

♣　Lesson 1　たすきをつなぐ

♣♣　Lesson 2　同じ釜の飯
　　　　　　　おな　かま　めし

♣♣♣　Lesson 3　オバマ イン ヒロシマ

harmonious, peace, Japan
和谐的，和平，日本
(HÒA) hòa khí, hòa bình, Nhật Bản

Chapter 1・和

Lesson 1

たすきをつなぐ

写真：築田純／アフロ

> イグナシオ　フジモリ
> 3区では、天気がよければ、富士山を見ながら、走るんだよ。

> 金太郎
> 箱根の山では、長いのぼりざかやくだりざかを走らなくちゃならなくて、たいへんだね。

> ボルト
> 日本人はグループワークがとくいですね。

Lesson 1 たすきをつなぐ

　日本では、お正月に駅伝というリレーマラソンが行われます。テレビで始めから終わりまで12時間以上も生中継します。ごちそうを食べながら、テレビで駅伝を見るのが、お正月の楽しみの一つです。

　駅伝は日本で生まれたスポーツです。トラックでのリレーは、バトンをわたしながら走りますが、駅伝はたすきをわたしながら、走ります。1月1日には「ニューイヤー駅伝」が、2日と3日には「箱根駅伝」が行われます。「ニューイヤー駅伝」は会社員や公務員のチームが走ります。

　「箱根駅伝」は大学生の駅伝です。約100年の歴史があって、人気があります。東京から箱根※を2日間かけて、おうふくします。

WORDS

- たすき：reley race sach which a runner wear across his chest / 接力带；斜挂在肩上的窄布条 / băng vải đeo chéo người
- つなぐ：to relay / 接,接合 / nối, truyền
- 駅伝：ekiden a short for ekiden race / 长跑接力赛, "驿传竞走" 的略称 / Ekiden (môn chạy tiếp sức ở Nhật)
- ～という：called ～ / 叫做～ / cái được gọi là, có tên là
- リレー：relay / 接力赛 / tiếp sức
- マラソン：marathon / 马拉松 / marathon
- 行われる：to be held / 举行, 进行 / được tổ chức
- 12時間以上も：12 hours, more / 超过 12 小时 / hơn 12 tiếng
- 生中継する：to broadcast live / 实况转播 / truyền hình trực tiếp
- ごちそう：feast / 饭菜，好吃的东西 / món ăn ngày Tết (nghĩa trong bài)
- ～ながら：while doing ～ / 一边～一边～ / vừa… vừa…
- トラック：track / 跑道 / đường đua
- バトン：baton / 接力棒 / gậy ba tông, dùi cui
- チーム：team / 组, 团体, 队 / đội
- 約：approximately, around / 大约 / khoảng
- かける：to take (time) / 花费 / mất (thời gian)
- おうふくする：back and forth / 往返 / khứ hồi, hai chiều

Key Kanji 和 伝 道 全 協 力　→p.8

　1月2日の朝8時に1人目の学生が東京を出ます。箱根まで約108km（キロメートル）を5人の学生で走ります。5人目の学生は、高低差が約834mもある箱根の山道をかけあがるので、たいへんです。午後1時ごろ、山の上に着きます。道ではたくさんの人がはたをふりながら、「がんばれ」と言って、おうえんします。

　次の日の1月3日には箱根から東京まで、また別の5人の学生で走ります。前の日に一番だった大学から走り始めます。きのうのぼった山を一気に下ります。100mを13秒台で走る学生もいます。最後の学生は午後1時ごろ東京に帰って来ます。全部で10人の学生が協力して、走ります。おうふくのきょりは217.9kmですから、1人の学生は平均約20km走ります。一番早く東京に着いた大学がゆうしょうです。

　お正月の後も3月から10月まで、日本全国で中学生や高校生の駅伝や車いすの駅伝が行われます。

- 高低差：difference in altitude / 高低差 / độ cao từ chân núi đến đỉnh núi
- かけあがる：to run up / 往上跑 / chạy lên
- はた：flag / 旗帜 / cờ
- ふる：to wave / 挥，摇，摆 / vẫy
- おうえんする：to cheer / 声援，从旁助威 / ủng hộ, cổ vũ
- 走り始める：to start running / 开始跑 / bắt đầu chạy
- 一気に：in a rush, at a stretch (without a rest, without stopping) / 一口气 / một mạch
- 下る：to climb down / 下 / chạy xuống
- ～秒台：in ～ seconds / N 秒到 (N＋1) 秒间 / từ ... giây trở lên
- 協力する：to work together as a team, to join forces / 合作 / hỗ trợ, hợp lực
- きょり：distance / 距离 / cự ly, khoảng cách
- 平均：average / 平均 / bình quân
- ゆうしょう：win / 冠军，第一名 / vô địch, chiến thắng
- 全国：all over Japan / 全国 / toàn quốc
- 車いす：wheelchair / 轮椅 / xe lăn

※箱根：An area located in the southwest of Kanagawa prefecture, which is surrounded by the mountain range having Mt.Hakone as a center. It has been known as hot spring area for a long time.
位于神奈川县的西南部。以箱根山为主的群山所包围的区域。自古以来以温泉胜地而闻名。
là khu vực nằm ở Tây Nam của tỉnh Kanagawa được bao quanh bởi núi mà trung tâm là núi Hakone.

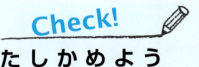

たしかめよう

I （　）の中に、〇か×かを書きなさい。

1. （　）箱根駅伝は大学生と高校生が協力して、走ります。

2. （　）箱根駅伝は1人の学生が42.195kmを走ります。

3. （　）箱根駅伝は1日目に箱根から東京まで走って、2日目に東京から箱根まで走ります。

4. （　）箱根駅伝は約108kmを5人の学生が走ります。

5. （　）箱根駅伝は2日間で東京から箱根をおうふくします。

II 質問に答えなさい。3.は自分の答えを書きなさい。

1. リレーと駅伝は、どこがちがいますか。

2. 1月2日の5人目の学生は、どうしてたいへんですか。

3. 1人でするスポーツとチームスポーツと、どちらが好きですか。それはどうしてですか。

グラマーノート Grammar Note

1. V₁- ながら、V₂

- ごちそうを食べながら、テレビで駅伝を見ます。(p.4, l.5 simp.)
- はたをふりながら、おうえんします。(p.5, l.19 simp.)

Two activities, V₁ and V₂, are taking place at the same time. The main activity is V₂ ("見る" "おうえんする") at the end of the sentence. V₁ before "ながら" is in -ます form.

表示 V₁ 和 V₂ 两个动作同时进行。主要动作 V₂, 如"见る"、"おうえんする"置于句末。"ながら"前面的"V₁"用动词的ます形。

Diễn tả ý hai hành động V₁ và V₂ cùng diễn ra đồng thời tại một thời điểm. Động tác chính ở V₂ như "xem" (見る) và "ủng hộ" (おうえんする), được đặt ở cuối câu. Động từ V₁ ở trước "nagara" được chia ở thể nguyên mẫu bỏ "masu".

2. N₁ という N₂

- 駅伝というリレーマラソンが行われます。(p.4, l.2)
- 箱根という町に行きました。

N₁ is what N₂ is called. A speaker uses an expression that includes "という," instead of more straightforward phrases like "駅伝を見ました" or "箱根に行きました," when people participating in the conversation are not very familiar with *ekiden* and Hakone. In more casual conversations, phrases like "駅伝ってリレーマラソン" "箱根って町" may be used often.

N₁ 表示 N₂ 的名字。比起只说"駅伝を見ました"、"箱根に行きました","という"隐含说话者和听话者双方都不太知道驿传和箱根之意。口语常常使用"って",如"駅伝ってリレーマラソン"、"箱根って町"。

N₁ là tên của N₂. So với việc sử dụng đơn thuần cách nói "đi xem Ekiden" (駅伝を見ました) hay "đi Hakone" (箱根に行きました) thì cách dùng "toiu" còn hàm chứa ý nghĩa người nói hoặc người nghe hoặc cả hai không biết nhiều về Ekiden hay Hakone. Trong văn nói, người ta thường dùng thể "tte" như "Ekiden tte relay marathon" (cuộc đua tiếp sức có tên là Ekiden) hay "Hakone tte machi" (thành phố có tên là Hakone)

漢字 ♣KANJI♣

和

harmonious, peace, Japan
和谐的, 和平, 日本
(HÒA) hòa khí, hòa bình, Nhật Bản

＊平和
　へいわ

音 ワ
訓 やわ-らぐ、なご-む

伝

transmit
传送
(TRUYỀN) truyền

＊駅伝
　えきでん

音 デン
訓 つた-わる、つた-える

協力
きょうりょく

cooperate
合作
(HIỆP) hợp lực

power
力量
(LỰC) sức mạnh

音 キョウ

音 リョク
訓 ちから

全

¥100　¥50　¥300

¥450

whole
全部
(TOÀN) toàn bộ

＊全部
　ぜんぶ

音 ゼン
訓 すべ-て

道

way
道路
(ĐẠO) đường

＊山道
　やまみち

音 ドウ
訓 みち

Chapter 1・和

Lesson 2

同じ釜の飯
おな かま めし

ジャン
仕事も食事も、ずっといっしょ。
つかれませんか。

ケイト
日本の小学校の昼ごはんはすごい！
コミュニケーションもマナーもぜんぶ学べる。

ソフィア
おべんとうが大好き。日本人は、小さい
はこにフルコースを入れる。

リー
やっぱり昼ごはんも
あったかいのが食べたいなあ。

Lesson2 同じ釜の飯

写真：jun / PIXTA

日本には、「同じ釜の飯を食う」という言葉があります。「釜」は、米をたいてご飯にする道具です。一つのご飯を分けて食べる、つまり、食事をいっしょにするという意味です。食事によって人と人の間に絆が生まれます。そこから、ともに生活をしたり、仕事をしたりする仲間をたとえる表現になりました。

日本の小学校は給食があります。学校は、安くて体にいい昼食を用意します。子どもは自分たちで給食を教室に運んだり、皿に分けたりして、食事をともにします。中学生や高校生はたいていおべんとうを持って行きますが、やはり教室でおしゃべりをしながら、いっしょに食べています。

写真：吉澤菜穂／アフロ

WORDS

- 釜：rice pot / 锅 / nồi nấu cơm
- 飯：rice / 饭 / cơm
- 食う：to eat (casual, rather coarse speech of たべる used between men) / "食べる(吃)"的粗鲁的说法。一般为男性对关系较好的朋友使用的词语。/ Đây là cách nói thông tục của "Taberu" (ăn). Nam giới thường dùng cách nói này đối với người thân thuộc.
- (米を)たく：to cook rice / 煮（饭）/ nấu cơm
- 道具：utensil / 工具，家庭生活用具 / dụng cụ
- 分ける：to share / 分 / chia sẻ
- ～によって：by ～, with ～ / 通过 / tùy theo
- 絆：ties / 情感关系 / mối gắn kết
- ともに：together / 一同，一起 / cùng nhau
- 生活をする：to live / 生活 / sinh hoạt
- 仲間：friends / 伙伴，同事 / bằng hữu
- たとえる：to refer to / 比喻，比方 / ẩn dụ, tỷ dụ
- 表現：expression / 表现 / cách nói
- 給食：school lunch / 学校包饭制度 / bữa ăn được cấp
- おしゃべりをする：to chat / 聊天儿 / nói chuyện

大学には学生食堂、会社には社員食堂があります。最近は、多くの大学や会社が、健康的なメニューやおしゃれなインテリアを工夫しています。大学生や会社員はおべんとうや外食など、昼食の形式も自由ですが、先輩や同僚との"おいしい"コミュニケーションの中で、仕事のチームワークが育ちます。中には台所と材料を用意する会社もあります。社員は昼休みに、自分たちで好きな料理を作って、にぎやかに食べます。また、毎日、当番の社員がご飯をたいて、みんなで食べるITの会社もあります。その会社の社長は「となりのつくえの人にもメールで連絡をする時代になりました。ですから、昼休みは社員どうし話しながら、いっしょに食べることが以前より大切になりました。」と言っています。まさに「同じ釜の飯を食う」風景です。

写真：8×10 / PIXTA

- 社員食堂：work cafeteria / 员工食堂 / nhà ăn nhân viên
- 健康的な：healthy / 健康的 / tốt cho sức khoẻ, có dinh dưỡng
- おしゃれな：stylish / 漂亮, 时尚 / đẹp sang trọng
- インテリア：interior design / 室内设计, 室内装饰 / nội thất
- 工夫する：to design / 设法, 想办法, 动脑筋 / trang trí, sửa sang
- 外食：eating out / 外食 / ăn ngoài
- 形式：form, style / 形式 / hình thức
- 自由な：free / 自由的 / tự do
- 先輩：seniors / 前辈 / đàn anh, người đi trước
- 同僚：coworkers / 同事 / đồng nghiệp
- コミュニケーション：communications / 交流, 沟通 / giao tiếp
- チームワーク：teamwork / 合作, 协作 / làm việc nhóm
- 育つ：foster / 培养 / nuôi dưỡng
- 材料：ingredients / 材料 / nguyên liệu
- 当番：turn, turn on duty / 值日, 值班 / trực, được phân công
- 連絡をする：to get in touch / 联络 / liên lạc
- 時代：era / 时代 / thời đại
- 以前：previously / 以前 / trước đây
- まさに：exactly / 的确, 确实 / quả thật là, chính là
- 風景：scene / 情景, 景象, 状况 / quang cảnh

たしかめよう

I （　）の中に、○か×かを書きなさい。

1. （　）「釜」は、料理に使う道具です。
2. （　）日本の中学生や高校生は、教室でおしゃべりをしながら、いっしょにおべんとうを食べます。
3. （　）大学生は昼食のとき、食堂に行かなければなりません。
4. （　）社員が昼休みに、自分たちで料理を作って食べる会社もあります。
5. （　）「同じ釜の飯を食う」という言葉は、いっしょに住んでいるときだけ使う表現です。

II 質問に答えなさい。3.は自分の答えを書きなさい。

1. 日本人は、食事をともにすることはどうして大切だと思っていますか。

2. 日本の大学や会社は、最近、食堂にどんな工夫をしていますか。

3. お国にも、「同じ釜の飯を食う」と同じ意味の表現がありますか。それは、どんな言葉ですか。

もっと読んでみよう！ ❶

おべんとうと梅ぼし

　おべんとうは、一日中外で働いたり、旅行をしたりするとき、どこでもできる食事です。「べんとう」という言葉は、「べんりな」ものという意味の中国語からできたと言われています。外では、茶わんや皿などがあまりたくさん使えません。主食のご飯もおかずも全部一つの箱に入れて持って行く「べんとう」は、とても便利なものです。

　さめてもおいしい日本の米はおべんとうに向いています。中でも一番手軽なのが、食べやすくにぎった「おにぎり」です。その始まりは、弥生時代（BC1世紀ごろ）とも平安時代（794-1192年）とも言われます。鎌倉時代（1185年頃-1333年）には、梅ぼしを入れたおにぎりを、戦場で武士に配りました。梅ぼしは疲れをとり、ご飯もくさりにくくなるので、今でも人気があります。また、白いご飯のまん中に赤い梅ぼしを入れたおべんとうは、「日の丸べんとう」の名前で親しまれています。

WORDS

- 梅ぼし：pickled plum / 梅干 / trái mơ muối
- 一日中：all day / 一整天 / trong một ngày
- 言われる：said to be / 据说 / được nói
- 茶わん：rice bowl / 饭碗 / chén, bát
- 使える：can be used / 能使用 / sử dụng được
- 主食：main staple / 主食 / món ăn chính
- おかず：side dish / 菜，菜肴 / đồ ăn
- さめる：to get cold / 变凉 / nguội lạnh
- 向く：to suit / 适合 / thích hợp với
- 手軽な：easy / 简便的 / vừa phải
- 食べやすく：to make it easier to eat / 容易吃 / dễ ăn
- にぎる：to make a rice ball / 捏，握，抓 / nắm, nặn
- ～時代：～ era / ～时代 / thời đại
- 戦場：battlefield / 战场 / chiến trường
- 武士：soldiers / 武士 / chiến sĩ
- 配る：give out / 分配，分给 / phân phát
- 疲れをとる：to recover from the fatique / 消除疲劳 / hết mệt
- くさりにくい：not easily spoilt / 不易腐烂 / khó hư
- 日の丸：Japanese flag / 太阳旗，日本国旗 / cờ Nhật
- 親しまれる：to become familier with / 为人所知，熟悉 / quen thuộc

もっと読んでみよう！❷

あなたは何べん？

日本のおべんとうは、伝統的なものから新しいものまで、種類が豊富です。

幕の内べんとう：歌舞伎などの休み時間のおべんとう

歌舞伎などのステージは4時間以上かかるので、お客さんは幕と幕の間におべんとうを食べます。「幕の内べんとう」という名前はここから来ました。いろいろなおかずを少しずつ入れて、ご飯を小さく分けた、食べやすいおべんとうです。今ではコンビニでも売っています。

写真：june. / PIXTA

駅べん：駅で売っているおべんとう

北海道から沖縄県まで、その地方の名産を使っています。おすしや丼もあります。新幹線などの車中で食べる駅べんは旅行の楽しみの一つです。

キャラべん：キャラクターべんとう

小さい子どものために、お母さんが野菜やのりで、工夫して作ります。人気のポケモン、リラックマ、キティちゃんなど子どもたちはとても喜びます。

WORDS

- ☐ 伝統的な：traditional / 传统的 / mang tính truyền thống
- ☐ 種類：types / 种类 / chủng loại
- ☐ 豊富な：full of variety / 丰富的 / phong phú
- ☐ 歌舞伎：kabuki / 歌舞伎 / Kabuki
- ☐ ステージ：stage / 舞台 / khán đài, sân khấu
- ☐ 幕：act / 幕 / màn
- ☐ 食べやすい：convenient to eat / 容易吃 / dễ ăn
- ☐ 地方：locale / 地区 / địa phương
- ☐ 名産：local specialties / 名产 / đặc sản
- ☐ 丼：rice bowl / 盖饭 / món ăn bằng tô
- ☐ 新幹線：bullet train / 新干线 / xe điện cao tốc, shinkansen
- ☐ 車中：on board / 车里 / trong xe
- ☐ キャラ／キャラクター：character (chara) / 吉祥物 / tính cách, nhân vật
- ☐ 〜のために：for 〜 / 为了〜 / do, vì
- ☐ のり：seaweed / 海苔 / rong biển
- ☐ 喜ぶ：to enjoy / 高兴 / vui

グラマーノート　Grammar Note

1. V₁- たり、V₂- たりします

- ともに<u>生活</u>を<u>したり</u>、<u>仕事</u>を<u>したりする</u>。(p.10, l.6 simp.)
- <u>子どもは自分たちで給食を教室に運んだり、皿に分けたりします</u>。(p.10, l.9 simp.)

To list several representative items, use the particle や in N₁ や N₂ or in "茶わんや皿．" "V₁- たり、V₂- たりする" is the phrase for listing several representative actions or behaviors.

列举几个具有代表性的物品时，用 "N₁ や N₂"，即助词的 "や" 来表示，如 "茶わんや皿"。列举几个主要的动作或行为，并隐含还存在其他动作或行为时，使用 "V₁- たり、V₂- たりする" 的形式表达。

Khi muốn đưa ra vật tiêu biểu trong một vài sự vật, thì "N₁" và "N₂" được sử dụng cùng với trợ từ "ya"（や）như "chén và đĩa" (chawan ya sara). Trường hợp đưa ra những hành động, hành vi tiêu biểu trong nhiều hành động thì cấu trúc "V₁ tari, V tari suru" được sử dụng.

2. 連体修飾：文 + N (Noun modifier：a sentence + N ／連体修飾：文 + N ／ Bổ ngữ: câu + N)

- <u>米をたいてご飯にする道具</u>（p.10, l.3 simp.）
- <u>梅ぼしを入れたおべんとう</u>（p.13, l.14 simp.）

A noun is described with another noun, an adjective, that modifies the noun, in front of the noun, as in "日本語の本．"，"大きい本"and "有名な本．" Then also, a noun is described with a sentence, that modifies the noun. In the case of verb sentence, the verb will be the plain form.

名词前面可以放名词、形容词来描写该名词的内容和样子，如 "日本語の本"、"大きい本"、"有名な本"。也能放一个句子加以修饰。动词句里的动词要用普通形。

Khi muốn bổ nghĩa cho một danh từ chúng ta có thể dùng một danh từ khác hoặc một tính từ khác đặt trước danh từ đó giống như "nihongo no hon" (sách tiếng Nhật), "ookii hon" (sách lớn), "yumei na hon" (sách nổi tiếng). Ngoài ra để bổ nghĩa thêm cho danh từ về mặt nội dung, có thể dùng một câu để bổ nghĩa cho danh từ. Khi dùng câu bổ nghĩa cho một danh từ khác, động từ đó được dùng ở "thể ngắn".

* In Japanese, noun modifiers come before nouns in place of words like that/which/who/whom in English.

英语用来说明名词的 "Noun that/which/who/whom"，到了日语中，成为放在名词前面的连体修饰句。

Thành phần giải thích cho danh từ giống như that/which/who/whom của tiếng Anh thì trong tiếng Nhật bổ ngữ sẽ được đặt trước danh từ cần bổ nghĩa.

漢字 ❖ KANJI ❖

飯

meal, cooked rice
熟米，一餐，煮熟的米
(PHẠN) cơm, món ăn, gạo nấu

＊ご飯
　はん

音 ハン
訓 めし

番

mumerical order, watch
数字顺序，照顾
(Phan, Phiên) thứ tự, chiếu cố

＊当番
　とうばん

音 バン

仲

intermediary, personal relations
中间人，私人关系
(TRUNG) người trung gian, quan hệ con người

＊仲間
　なかま

音 チュウ
訓 なか

絆

ties, bonds
系，纽带
(BÁN) sợi dây gắn kết

訓 きずな

堂

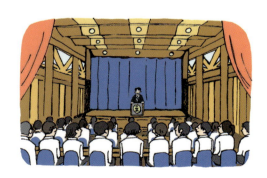

hall, meeting place
大厅，会议处
(ĐƯỜNG) sảnh, hội trường

＊食堂
　しょくどう

音 ドウ

員

member
成员
(VIÊN) thành viên

＊社員
　しゃいん

音 イン

Chapter 1・和

Lesson 3

オバマ　イン　ヒロシマ

写真提供：広島県

- 宮島(みやじま)
  れきしてきな日(ひ)だった。かんどうした。

- ボルジャー
  ノーベルへいわしょうのオバマから、世界(せかい)へのプレゼントだ。

- アレクサンドル
  70年(ねん)もかかった。おそすぎる。

- 光一(こういち)
  げんじつを見(み)れば、「かく」のパワーバランスも、ひつようだろう。

- ドナルド
  こんどはぼくがつるをおろう。

Lesson3　オバマ イン ヒロシマ

「71年前の、雲一つなくよく晴れた朝、空から死が降ってきて、世界は変わりました。(Seventy-one years ago, on a bright cloudless morning, death fell from the sky and the world was changed.)」

その日のスピーチは、このように始まりました。2016年5月27日、広島平和記念公園。この日、バラク・オバマ大統領が、現職のアメリカ大統領として初めて、広島を訪れたのです。広島に原爆が落とされてから、71年が過ぎていました。

オバマ大統領は、スピーチの中で、「あまり遠くない過去に解き放たれた恐ろしい力についてよく考えるために(to ponder a terrible force unleashed in the not so distant past)」広島に来たことを伝えました。そして、長い時間がかかっても、「核兵器のない世界」を作らなければならないと話しました。

スピーチの後、オバマ大統領は広島で被爆した人たちとことばを交わしました。そして、被爆者の一人を抱き寄せたこの1枚の写真が、アメリカと日本の新聞に大きくのりました。

オバマ大統領は、広島平和記念資料館で佐々木禎子さんの折り鶴に目をとめました。禎子さんは広島で被爆して、10年後、12歳の時に白血病で亡くなりました。禎子さんが「生きたい」という願

写真：ロイター／アフロ

WORDS

- 死：death / 死亡 / cái chết
- 広島平和記念公園：Hiroshima Peace Memorial Park / 广岛和平纪念公园 / Công viên Kỷ niệm Hòa bình Hiroshima
- 現職の：in the office / 现任 / tại chức, đương nhiệm
- 訪れる：to visit / 访问 / thăm
- 原爆：atom bomb / 原子弹 / bom nguyên tử
- 落とされる：to be dropped / 被投下 / bị thả (bom nguyên tử)
- 核兵器：nuclear weapons / 核武 / vũ khí hạt nhân
- 被爆する：to be exposed to radiation / 遭受原子弹爆炸的危害 / bị thả bom nguyên tử
- 交わす：to exchange / 交換 / trao đổi, nói với
- 被爆者：survivor of atom radiation / 原子弹受害者 / nạn nhân bom nguyên tử
- 抱き寄せる：to hug / 搂, 攬 / ôm
- 広島平和記念資料館：Hiroshima Peace Memorial Museum / 广岛和平纪念资料馆 / Viện tư liệu kỷ niệm hòa bình Hiroshima
- 折り鶴：*Origami* crane / 纸鹤 / con hạc giấy
- 目をとめる：to note / 凝视 / để mắt đến
- 白血病：leukemia / 白血病 / bệnh bạch huyết (máu trắng)
- 願いをこめる：to pray / 怀抱希望 / chất chứa tâm nguyện

いをこめて鶴を折り続けた話は有名です。

オバマ大統領は「実は折り鶴を持ってきました」と言って、花の和紙でていねいに折られた4羽の折り鶴を見せました。この4羽のうち2羽は二人の小学生と中学生に、残りの2羽は資料館に贈られました。

写真：UPI/アフロ

安倍首相が真珠湾を訪問

2016年12月27日、安倍晋三首相は、アメリカのオバマ大統領とともに真珠湾を訪問しました。そして、日本とアメリカの戦争が始まったこの地で、真珠湾攻撃の犠牲者に花を捧げました。日本の首相が、現職のアメリカ大統領とともに真珠湾を訪れたのは初めてのことです。真珠湾が攻撃された日から、75年の月日が経っていました。

写真：AP/アフロ

安倍首相は、この日のスピーチの中で、戦争に負けた後、日本が再び立ち上がることができたのは、アメリカ国民の広くて温かい心のおかげであると感謝しました。そして、かつて激しく戦った二つの国を強く結びつけているのは「和解の力(the power of reconciliation)」であると話しました。この力が、世界にとって、今いちばん必要なものであることを訴えました。

- □ 和紙：Japanese paper / 日本紙 / giấy Nhật
- □ 真珠湾：Pearl Harbor / 珍珠湾 / Trân Châu Cảng
- □ 攻撃：attack / 攻击 / công kích, tấn công
- □ 犠牲者：victim / 牺牲者 / nạn nhân, người hi sinh
- □ 捧げる：to lay, to dedicate / 献上 / dâng, hiến
- □ 月日：years / 岁月 / ngày tháng
- □ 温かい：warm / 和善的 / ấm áp
- □ おかげ：thanks to / 托～福 / nhờ vào
- □ かつて：formerly, once / 曾经，以前 / ngày trước, ngày xưa
- □ 結びつける：to bind / 结合 / gắn kết
- □ 和解：reconciliation / 和解 / hòa giải
- □ 訴える：to emphasize / 呼吁 / nói rằng, cho rằng

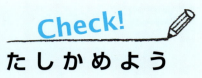

たしかめよう

I (　)の中に、○か×かを書きなさい。

1. (　) アメリカの大統領は毎年広島に来ます。
2. (　) オバマ大統領は、「今すぐに核兵器のない世界を作ろう」と話しました。
3. (　) オバマ大統領は、被爆した人たちにあやまりました。
4. (　) 禎子さんは、被爆してから10年後に亡くなりました。
5. (　) 広島の平和記念資料館に、オバマ大統領が贈った折り鶴があります。

II 質問に答えなさい。3. は自分の答えを書きなさい。

1. 広島に原爆が落とされたのは何年ですか。

   _____

2. 安倍首相は、真珠湾でのスピーチで、どんなことを話しましたか。

   _____

3. 原爆について、ほかにどんなことを知っていますか。

   _____

   _____

もっと読んでみよう！ ❶

日本に落とされた原子爆弾（原爆）

一九四五年八月六日午前八時十五分、広島に原子爆弾が落とされました。

そのころの広島には、約三十五万人が住んでいましたが、この原爆によって、その年の十二月末までに、約十四万人が亡くなりました。

三日後の八月九日には長崎に原爆が落とされました。長崎では、その年の十二月末までに、約七万四千人が亡くなりました。

どちらの爆弾も、非常に高い温度の熱線を出しました。熱線によって、爆弾が落ちた中心の地面の温度は三千度から四千度にまでなりました。この熱線を直接浴びた人たちのほとんどが、その日か、数日のうちに亡くなりました。高い熱によって、ものすごい爆風が起きたために、ほとんどの建物がつぶれて、人びとが下じきになりました。あちこちで火事になり、町は炎に包まれました。

原爆が普通の爆弾と違うのは、強い放射線を出すことです。爆発の後すぐに放射線を浴びた人は、ほとんどが亡くなりましたが、その後も放射線が残ったので、亡くなったり、病気になったりする人がたくさんいました。爆発のあとに、大きなきのこのような雲が空をおおいましたが、この雲から黒い雨が降りました。この黒い雨にも放射性物質が含まれていました。

撮影者：米軍
所蔵・提供：
広島平和記念資料館

WORDS

- 原子：atom / 原子 / nguyên tử
- 爆弾：bomb / 炸弹 / bom
- 原爆：abbreviation of "genshi bakudan" / "原子炸弹" 的缩写 / Cách viết tắt của Bom nguyên tử (lược bỏ ngắn gọn từ hai chữ "genshi" (nguyên tử) và "bakudan" (bom, chất nổ)
- 熱線：thermal radiation / 热波 / tia nhiệt
- 地面：ground / 地面 / mặt đất
- 数日：several days / 数日 / một vài ngày
- 爆風：shock wave / 冲击波 / sóng bom nguyên tử
- 下じきになる：to be crushed by a collapsing building / 被压在底下 / bị chôn vùi, bị vùi lấp
- 放射線：radiation / 放射线 / tia phóng xạ
- 爆発：explosion / 爆发 / nổ
- きのこ：mushroom / 菇 / quả nấm
- 放射性物質：radioactive materials / 放射性物质 / chất phóng xạ

もっと読んでみよう！❷

禎子さんの話

　1945年8月6日午前8時15分。ピカッとするまぶしい光と、すさまじい爆風が広島の町を襲いました。広島に、原爆が落とされたのです。一瞬で、町中が燃えました。この時、佐々木禎子さんは2歳でした。お母さん、お兄さん、おばあさんといっしょに、禎子さんは逃げました。その日、広島の町には黒い雨が降りました。

　10年後、「75年間木も草もはえない」と言われた広島の町は、すっかり元通りになりました。禎子さんは、走ることが大好きな、12歳の元気な小学生でした。ところが、この年の2月に、校庭で走っていた禎子さんは、急に倒れてしまったのです。病院に運ばれた禎子さんは、白血病にかかっていることがわかりました。広島に原爆が落とされた日から10年が過ぎても、この病気で亡くなる人がたくさんいました。元気だった禎子さんは、立つことも難しいぐらい、体が弱くなりました。それでも、「また元気になりたい。友だちと走りたい」と願いながら、毎日病院で、折り紙の鶴を折りました。「鶴を千羽折ったら、願いがかなう」と信じていたからです。でも、願いがかなうことはなく、禎子さんは亡くなりました。

　広島の平和記念公園に「原爆の子の像」があります。1958年5月5日に、禎子さんをはじめ、原爆で亡くなったすべての子供達のために建てられました。今でも、世界中からこの像に、手紙や千羽鶴が送られてきます。

写真提供：広島県

WORDS

- まぶしい：flashing, dazziling / 刺眼 / sáng chói
- すさまじい：extreme / 猛烈的, 迅猛的, 骇人的 / đáng sợ
- 襲う：to assault / 侵襲 / bao phủ
- 一瞬で：in an instant / 一瞬間 / trong chốc nháng
- はえる：to come up / 生长 / mọc lên
- 元通りになる：to recover / 恢复原状 / trở lại như cũ
- 校庭：school ground / 操场 / sân trường
- 千羽：thousand cranes / 一千只 / một ngàn (cánh hạc)
- かなう：to come true / 实现 / thực hiện
- 像：monument / 雕像，塑像 / tượng
- 千羽鶴：one thousand folded papar cranes on a string with prayers of people / 千羽鶴 / ngàn cánh hạc

グラマーノート　Grammar Note

1. 受身：V-(ら)れます (passive ／受身／ Thể bị động)

- 広島に原子爆弾が落とされました。(p.21, l.3)
- あちこちで火事になり、町は炎に包まれました。(p.21, l.26)

"Passive" focuses on an individual or a thing on the receiving end of an action, motion, or event. A passive sentence includes the passive form of verbs. The passive form of Group 1 verbs are conjugated with –nai stem followed by "れる"（e.g. 落とす→落とされる in the first example and 包む→包まれる in the second example）. The Group 2 verbs are conjugated with the stem of verb followed by られる. The Group 3 verbs change as below:
来る→来られる and する→される.

"受身（被动）"是以接受某种行为、动作或事件的人、物为中心的表现形式。被动句里的动词要用被动形。1类动词的被动形是把末尾的音换成ア段后，再加上"れる"，如例句里的"落とす→落とされる"、"包む→包まれる"。2类动词则在语干加上"られる"。3类动词的"来る"变成"来られる"、"する"变成"される"。

Cách nói thể hiện người, vật, sự vật chịu tác động bởi hành vi, hành động, sự việc thì được gọi là ""thể bị động"". Trong câu bị động, động từ của câu sẽ được chia ở hình thức bị động. Đối với động từ nhóm 1 thì phần cuối của động từ sẽ chuyển thành âm của cột " ア (A)" và thêm "reru" như "tsutsumu"（包む）→ "tsutsumareru"（包まれる）. Đối với động từ nhóm 2, thêm "rareru"（られる）vào gốc động từ. Đối với nhóm 3 thì "kuru"（来る）→ "korareru"（来られる）, và "suru"（する）→ "sareru"（される）.

2. …ために

N のために

- 子供達のために建てられました。(p.22, l.20)

{N の /V-る} ために

- 過去に解き放たれた恐ろしい力についてよく考えるために、広島に来ました。(p.18, l.7 simp.)

{N の／いA／なA／V(普通形)} ために

- 高い熱によって、ものすごい爆風が起きたために、ほとんどの建物がつぶれて、人びとが下じきになりました。(p.21, l.22)

The ending "…ために" have several different uses. In the first example, it is combined with a noun representing a person or an object and means "for …" as in for the sake of the person or object. In the second example, it again means "for …" but as in purpose. The purpose for "広島に来た" is to "〜恐ろしい力についてよく考える." The subjects of the two actions must be the same. In the third example, it is used for describing a reason. The sentence before "ために" shows a reason, and the sentence after "ために" shows a result.

"…ために"有好几种用法。第一个例句里，跟表示人或物的名词使用，表示那个人或物的利益。第二个例句表示目的，"広島に来た"的目的是"〜恐ろしい力についてよく考える"，因此，两个动作的主语必须相同。第三个例句表示理由。"ために"前面的句子是理由，后面的句子是结果。

Cấu trúc "…tameni" có một vài cách dùng. Ví dụ 1, cấu trúc này dùng chung với danh từ chỉ người hay vật dùng để diễn đạt ý nghĩa một hành động gì có ích cho người và sự vật đó. Ví dụ 2 dùng để diễn đạt mục đích, giải thích mối quan hệ giữa "việc đến thăm Hiroshima" và "việc tìm hiểu về sức mạnh kinh khủng…". Do đó, chủ ngữ của cả hai hành động phải là một. Ví dụ 3 diễn tả lý do. Từ ngữ "tameni" ở câu trước là lý do cho kết quả ở câu sau.

漢字 ♣ KANJI ♣

世 界
せかい

world, age
世界，时代
(THẾ) thế giới, thế hệ

音 セ
訓 よ

world, bounds
世界，界限
(GIỚI) thế giới, biên giới

音 カイ

落

←落ちる

←落ちる

drop
掉落
(LẠC) rơi, rớt
＊落とす
　お

音 ラク
訓 お-ちる、お-とす

解

take apart
分开
(GIẢI) phân chia
＊和解
　わ かい

音 カイ
訓 と-く

平

flat, calm
平坦的，平静的
(BÌNH) bằng phẳng, điềm tĩnh
＊平和
　へい わ

音 ヘイ
訓 たい-ら、ひら

願

wish
希望
(NGUYỆN) nguyện cầu
＊願い
　ねが

音 ガン
訓 ねが-い、ねが-う

Chapter 2

こころ

甲州三坂水面『富嶽三十六景』より
こうしゅう みさかすいめん ふがくさんじゅうろっけい

- ♣ Lesson 1　もったいない
- ♣♣ Lesson 2　魚のとむらい
　　　　　　　　さかな
- ♣♣♣ Lesson 3　奇跡の一本松
　　　　　　　　 きせき　いっぽんまつ

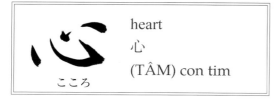

Chapter 2・心

Lesson 1

もったいない

写真提供：毎日新聞社

マータイ
何かをかえようとしたら、
まず自分をかえなければならない。

ウッディ
マータイさんは、「私を木のおかんに
入れないでください」と言った。
すごいよ。

さくら
3Rって、何？Rが3つあるけど。

Lesson 1 もったいない

子どものころ、私が短くなったえんぴつを捨てると、祖母は「もったいない、キャップをつけて使いなさい」と言いました。茶わんにごはんつぶをのこすと、「もったいないよ、全部食べなさい」と言いました。そして、祖母は一度使ったつつみ紙もリボンも、もったいないので、とっておきました。祖母だけでなく、昔の日本人はものを大切にしてよく「もったいない」と言いました。

でも、今はどうでしょうか。物がたくさんあるので、まだ使えるものでもどんどん捨てています。日本人は「もったいない」と言わなくなりました。「もったいない」は、もともと仏教の言葉で、本来の価値を十分に活かしていない、むだになっているという意味です。

ケニアのワンガリ・マータイさんは、長年、木を植える活動を続けて、ノーベル平和賞をもらいました。

WORDS

- もったいない：mottainai / 可惜，浪费 / phí phạm
- 短い：short / 短 / ngắn
- 捨てる：to throw away / 扔掉 / vứt, bỏ
- つける：to stuck / 安上 / gắn, cài
- ごはんつぶ：rice grains / 饭粒 / hột cơm
- のこす：to leave / 留下 / để dư
- 一度：once / 一次，一遍 / một lần
- つつみ紙：wrapping paper / 包装纸 / giấy gói quà
- とっておく：to save / 留着 / để lại
- 昔：a long time ago / 以前 / ngày xưa
- もともと：originally / 本来，原来 / vốn dĩ
- 仏教：Buddhism / 佛教 / Phật giáo
- 本来：originally / 本来，原来 / vốn dĩ
- 価値：value / 价值 / giá trị
- 十分に：fully / 充分地，十分 / đủ
- 活かす：to make use of / 活用 / tận dụng
- むだになる：to be wasted / 徒劳, 白费, 浪费 / vô ích
- 植える：to plant / 种植 / trồng
- 活動：activity / 活动 / hoạt động
- 続ける：to continue / 继续，持续 / tiếp tục
- ノーベル平和賞：Nobel Peace Prize / 诺贝尔和平奖 / giải Nobel hòa bình

15 　その翌年、日本に来て「もったいない」という日本語に出会いました。この「もったいない」という言葉が、3R（Reduce, Reuse, Recycle）を表すだけではなく、命や地球の資源を大切にする敬意がこめられている言葉だと知って、感動しました。命や資源を大切にするという考えをもった「もったいない」という言葉を世界に広めたい
20 と思いました。ほかの言語に訳したかったですが、ぴったりの言葉が見つかりませんでした。それで日本語の「もったいない」をそのまま使って、キャンペーンを始めました。日本語の「もったいない」が、世界の"MOTTAINAI"になりました。

Reduce ⇒ ごみを減らすこと
Reuse ⇒ くりかえして使うこと
Recycle ⇒ 形を変えて使うこと
　例：ペットボトルからTシャツを作るなど。

- 翌年：a year later / 隔年 / năm sau
- 出会う：to encount / 遇到，碰上 / gặp
- 表す：to represent / 表示 / thể hiện
- 命：life / 生命 / sinh mạng
- 地球：earth / 地球 / địa cầu
- 資源：resources / 资源 / tài nguyên
- 敬意：respect / 敬意 / tôn trọng
- こめる：to put (meaning into) / 包括在内，计算在内 / thể hiện, chất chứa
- 感動する：to be touched, to be moved / 感动 / cảm động
- 考え：philosophy / 想法 / suy nghĩ
- 世界：global / 世界 / thế giới
- 広める：to spread / 普及，推广 / mở rộng
- 言語：language / 语言 / ngôn ngữ
- 訳す：to translate / 翻译 / thông dịch, dịch
- ぴったり：exact match / 恰好，合适 / vừa khéo
- キャンペーン：campaign / 宣传活动 / hoạt động tuyên truyền
- 減らす：to reduce / 重复减少 / giảm
- くりかえす：to repeat / 反复，重复 / lặp đi lặp lai
- ペットボトル：plastic bottle / 宝特瓶 / chai nhựa

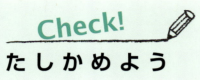
たしかめよう

Ⅰ （　）の中に、○か×かを書きなさい。

1. （　）昔の日本人はえんぴつが短くなると、捨てていました。
2. （　）今、日本人は、もう「もったいない」と言いません。
3. （　）マータイさんは長年木を切る活動を続けました。
4. （　）マータイさんはケニアで、「もったいない」という日本語を知りました。
5. （　）マータイさんは「もったいない」という日本語を外国語に訳せませんでした。

Ⅱ 質問に答えなさい。3.は自分の答えを書きなさい。

1. 「もったいない」はもともとどういう意味ですか。

　　_____

2. マータイさんはこの言葉の何に感動しましたか。

　　_____

3. 「もったいない」と思うのはどんなことですか。

　　_____

　　_____

グラマーノート　Grammar Note

1. いA-くなります／{N／なA}になります

- 短くなったえんぴつ（p.28, l.2）
- 日本人は「もったいない」と言わなくなりました。（p.28, l.10）
- 日本語の「もったいない」が、世界の"MOTTAINAI"になりました。（p.29, l.22）
- この川は前よりずっときれいになりました。

This ending represents a transformation from one state to another. -い adjective ends with "〜くなる", while a noun and -な adjective end with "〜になる". In the second example, "言わなくなりました" is a -ない form of a verb conjugated in a similar way as -い adjective.

表示事物产生变化，变得跟以前不一样。如上所示，い形容词变成"〜くなる"、名词和な形容词变成"〜になる"。第二个例句的"言わなくなりました"里的动词的"ない形"的活用跟"い形容词"相同。

Diễn tả ý nghĩa khi sự vật hiện tượng thay đổi, trạng thái thay đổi so với trước. Giống như cấu trúc trên, tính từ "-I" chuyển thành "~ku naru", còn danh từ và tính từ "-na" chuyển thành "~ni naru". Ngoài ra, ở ví dụ thứ 2, đây là ví dụ thể hiện hình thức phủ định của động từ (thể ~nai), có cách dùng giống như cách dùng của tính từ "-i", "iwanakunarimashita" (trở nên không nói).

2. V-ておきます

- 祖母は紙もリボンも、もったいないので、とっておきました。（p.28, l.6, simp.）
- 子どもの学費のために、貯金をしておきます。
- お客さんが来るので、お菓子を買っておきました。

This ending is used on an action taken for a purpose or in anticipation of a later event. A conversational form has no "e" and ends with "〜とく", as in "とっとく" "しとく" "買っとく".

表示接下来会发生的事情，或为了某个目的事先准备时所用的表现。在口语里"e"被省略，变成"…とく"，如"とっとく"、"しとく"、"買っとく"。

Đây là cách nói được dùng để thể hiện ý chuẩn bị trước, làm trước vì một mục đích hay cho một việc gì xảy ra sau đó. Trong văn nói, thì "e" được lược bỏ trở thành "~toku", giống như "tottoku" (lấy sẵn), "shitoku" (làm sẵn), "kattoku" (mua sẵn).

漢字 ✤ K A N J I ✤

心

heart
心
(TÂM) con tim

音 シン
訓 こころ

命

life, order
生命，命令
(MỆNH) sinh mệnh, mệnh lệnh

音 メイ
訓 いのち

地 球
ちきゅう

ground, place
地，地方
(ĐỊA) đất, nơi

音 チ
訓 じ

ball
球
(CẦU) quả banh

音 キュウ
訓 たま

使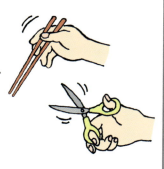

use, envoy
使用，使节
(SỨ, SỬ) dùng, đại diện

＊使う
　つか

音 シ
訓 つか-う

捨

throw away
扔掉
(XẢ) vất, vứt

＊捨てる
　す

音 シャ
訓 す-てる

32

Chapter 2 ・心

Lesson 2

魚のとむらい
さかな

写真提供：金子みすゞ著作保存会

iStock.com/AndamanSE

> **シン**
> 「とむらい」って何？

> **チャウ**
> じしょでしらべてみた！
> むかしのことばで「そうしき」のことだって。

> **マリー**
> ペットの犬やねこだったら、私の国でも
> おそうしきやおはかがあるよ。

> **ミゲル**
> 魚はペットってこと？
> 食べ物じゃないの？
> 日本人は魚をよく食べるよね。

1　Lesson2　**魚のとむらい**
　　　　　　さかな

難しさ ♣♣
むずか

　　　　　　　　　大　漁
　　　　　　　　　たい　りょう

　　　　　　　　　　　　　　　金子　みすゞ※
　　　　　　　　　　　　　　　かねこ

　朝焼小焼だ
　あさやけ こやけ
5 大漁だ
　たいりょう
　大羽鰮※の
　おお ば いわし
　大漁だ。
　たいりょう

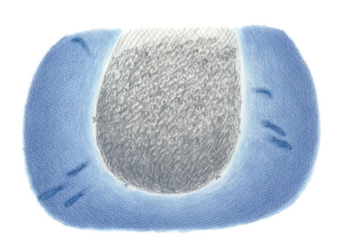

　浜はまつりの
　はま
　ようだけど
10 海のなかでは
　何万の
　なんまん
　鰮のとむらい
　いわし
　するだろう。

『金子みすゞ童謡全集②　美しい町・下』JULA出版局 2007
　かねこ　　　どうようぜんしゅう　　うつくしまち　しも　　　　　しゅっぱんきょく

WORDS

- とむらい：funeral / 丧事，葬礼 / đế tang,
- 大漁：big catch / 渔获大丰收 / mẻ cá lớn
  たいりょう
- 朝焼：morning glow / 朝霞 / rạng sáng
  あさやけ
- 小焼：sunrize glow / 晚霞 / trời ửng hồng
  こやけ
- 大羽鰮：oba sardine / 大羽沙丁鱼（20 公分长的沙丁鱼）/ mẻ cá mòi lớn
  おお ば いわし
- 浜：beach / 海滨 / bãi biển
  はま
- まつり：festival / 庙会，赛会 / lễ hội
- 鰮：sardine / 沙丁鱼 / cá mòi
  いわし

※「鰮」is an old character form, and it is written as 鰯（魚（fish）+ 弱（weak））in new character form.
　"鰮"是旧字形，新字形的"鰯"是鱼部加上"弱"。
　Hơn nữa,「鰮」là Hán Cổ, cách viết mới là「鰯」, bên cạnh bộ "ngư" có thêm chữ「弱い」(yếu ớt).

雀のかあさん
すずめ

金子 みすゞ
かねこ

子供が
こども

子雀
こすずめ

つかまえた。

その子の

かあさん

笑ってた。
わら

雀の
すずめ

かあさん

それみてた。

お屋根で
やね

鳴かずに
な

それ見てた。

『金子みすゞ童謡全集① 美しい町・上』JULA出版局 2003
かねこ　　　どうようぜんしゅう　　　　　　　　　　しゅっぱんきょく

- 雀：sparrow / 麻雀 / chim sẻ
- かあさん：one's mom (suns and daughters often affectionately call their own mother with this word) / 对敬爱的母亲的亲昵称呼。/ Cách gọi mẹ một cách thân thương nhưng vẫn tôn trọng
- みてた：a contraction of みていた used in casual speech / 口语表现，「見ていた」的「い」的省略形式。/ xem; cách nó lược bỏ "i" của "mite ita", chuyển thành "miteta, hình thức văn nói

- 屋根：roof / 屋顶 / mái nhà
  や ね
- 鳴かずに：without chirping / 不啼叫 / không hót, không kêu
  な

※ ヽ is an old form of iteration mark used to represent repetition of the previous character. The old mark for ず of みすず is written as ゞ with ゛ (voiced consonant mark).
「ヽ」为旧式的假名拼写法，是重复前面的文字的记号。「みすゞ」里的「ヽ」上还带有「゛」，表示前面的文字「す」变成「ず」。现代假名拼写法写成「みすず」。
「ヽ」là chữ Kana cổ, ký hiệu lặp lại cho chữ trước đó. Trong trường hợp "Misuzu"「みすゞ」, có 「゛」trên chữ "su"「ヽ」do chữ trước "su"「す」biến thành「ず」. Trong tiếng Kana hiện đại thì được viết là「みすず」(Misuzu)

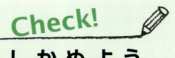
たしかめよう

Ⅰ （　　）の中に、○か×かを書きなさい。

1. （　　）「大漁」は朝10時ごろのことです。
2. （　　）この日、浜ではまつりがありました。
3. （　　）この日、浜では魚がたくさんとれました。
4. （　　）子雀をつかまえた子供は、笑っていました。
5. （　　）子雀のかあさんは、屋根の上で見ていました。

Ⅱ 質問に答えなさい。3.は自分の答えを書きなさい。

1. 金子みすゞは、大漁の日、海の中では何があると思っていますか。

　_____

2. 子供の母親は、自分の子供が子雀をつかまえたとき、どんな気持ちでしたか。

　_____

3. あなたが子供の母親だったら、また子雀の母親だったら、どうしますか。

　_____

　_____

 もっと読んでみよう！❶

おさかな

金子　みすゞ

海の魚はかわいそう。

お米は人につくられる、
牛は牧場で飼われてる、
鯉もお池で麩を貰う。

けれども海のおさかなは、
なんにも世話にならないし、
いたずら一つしないのに、
こうして私に食べられる。

ほんとに魚はかわいそう。

『金子みすゞ童謡全集①　美しい町・上』JULA出版局 2003

WORDS

- かわいそう：in sad state / 可怜，凄惨 / tội nghiệp
- つくられる：to be grown / 被做出，种植 / được làm từ
- 牧場：ranch / 牧场 / nông trại
- 飼われてる：to be raised / 被饲养 / được nuôi dưỡng
- 鯉：carp / 鲤鱼 / cá chép
- 池：pond / 池塘 / ao
- 麩：wheat gluten / 面筋 / bánh mì cho vào súp miso
- 世話になる：to be taken care of / 照顾 / (được) chăm sóc
- いたずら：mischief, prank / 淘气，恶作剧 / nghịch phá
- ～一つしない：not to do any ～ / 一个～也没有 / một cái cũng không
- 食べられる：to be eaten / 被吃掉 / ăn được
- ほんとに：casual way of saying "ほんとうに"(really)/「ほんとうに（真的）」的口语说法 / thành thật, đây là cách nói trong văn nói, ý nghĩa "thật ra"

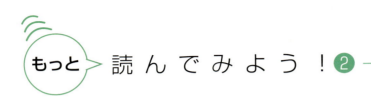

■金子みすゞのライフヒストリー

1903年	山口県に生まれる。
1906年	中国で父がなくなる。金子家は叔父の援助をうけ、書店を経営。
1916年	高等女学校に入学。学校の雑誌に作文が掲載される。1920年卒業。
1923年	叔父の書店で働く。雑誌に童謡を発表し、みとめられる。以後、90以上の作品を発表。
1926年	『日本童謡集』に「大漁」「おさかな」が掲載される。叔父の書店の店員と結婚。娘が生まれる。
1928年	詩作、作品の発表、作家とのつきあいを夫に禁止される。
1930年	2月、離婚。3月、26歳で自殺。

WORDS

- ☐ ライフヒストリー：life history / 生活史 / tiểu sử
- ☐ 山口県：Yamaguchi Prefecture / 山口县 / tỉnh Yamaguchi
- ☐ 援助：support / 援助, 支援 / viện trợ, hỗ trợ
- ☐ 書店：bookstore / 书店 / tiệm sách
- ☐ 経営(する)：to manage, to run / 经营 / kinh doanh
- ☐ 高等女学校：girl's high school / 女子高中 / trường phổ thông nữ
- ☐ 掲載される：to be featured / 刊登, 登载 / được đăng tải
- ☐ 卒業(する)：to graduate / 毕业 / tốt nghiệp
- ☐ 童謡：nursery rhymes / 童谣 / ca dao
- ☐ 発表する：to publish / 发表 / phát biểu
- ☐ みとめられる：to be recognized / 得到认可 / được chấp nhận
- ☐ 作品：work / 作品 / tác phẩm
- ☐ 結婚(する)：to marry / 结婚 / kết hôn
- ☐ 詩作：poetry writing / 诗作 / tác phẩm thơ
- ☐ 作家：writer / 作家 / tác giả
- ☐ つきあい：seeing / 交往, 打交道 / quen biết, cặp với nhau
- ☐ 禁止される：to be prohibited / 被禁止 / bị cấm
- ☐ 離婚(する)：to divorce / 离婚 / ly hôn
- ☐ 自殺(する)：to commit suicide / 自杀 / tự sát

グラマーノート Grammar Note

1. {Nの/V（普通形）} ようです

- 浜はまつりの　ようだけど　海のなかでは　何万の　鰯のとむらい　するだろう。

(p.34, l.8)

- 彼女と結婚できるなんて、まるで夢をみているようです。

This ending is used for a simile and to compare a state, property, shape, and action with something either similar or completely different. A commonly-used colloquial form is "みたいです".

把事物的状态、性质、形状或动作等比喻成另一个相异的事物。有时比喻成同类的相似的事物，有时比喻成完全不同的事物。口语常用"みたいです"形式。

Thể hiện ý nghĩa trạng thái, tính chất, hình dáng của sự vật hiện tượng hoặc hành động động tác giống như một cái gì đó khác. Có trường hợp so sánh với sự vật hiện tượng tương tự, nhưng có khi so sánh với những sự vật hiện tượng khác. Trong văn nói thì "mitai desu" được sử dụng.

2. V_1-ずに V_2

- お屋根で　鳴かずに　それ見てた。(p.35, l.25)

- 昼ごはんを食べずに仕事をしていたら、3時になってしまった。

When "V_1-ずに" is followed by V_2, the phrase means "V_2 without V_1." This phrasing could be used in conversation, but may sound formal. A more conversational form is "V_1-ないで V_2".

后接动词句，表示"不进行 V_1 的状态下，进行 V_2 的动作"之意。能在口语中使用，但多少带有书面语的生硬感。口语常用"V_1-ないで V_2"形式。

Theo sau là một câu động từ, thể hiện ý nghĩa "trạng thái không làm V_1 mà làm V_2". Trong văn nói đôi khi cũng được sử dụng tuy nhiên cách viết này hơi cứng, dùng nhiều trong văn viết. Trong văn nói "V_1 naide V_2" thường được sử dụng.

漢字 ✣ KANJI ✣

詩

poetry
诗
(THI) thơ

✱ **詩作**
　しさく

音 シ
訓 うた

笑

laugh, smile
大笑，微笑
(TIẾU) cười

✱ **笑う**
　わら

音 ショウ
訓 わら-う

漁

fish
鱼
(NGƯ) ngư nghiệp

✱ **大漁**
　たいりょう

音 リョウ、ギョ

鰯

sardine
沙丁鱼
(NHƯỢC) cá mòi

訓 いわし

雀

sparrow
麻雀
(TƯỚC) chim sẻ

音 ジャク
訓 すずめ

飼

raise animals
饲养动物
(TỰ) nuôi động vật

✱ **飼う**
　か

音 シ
訓 か-う

Chapter 2・心

Lesson 3

奇跡の一本松
きせき　いっぽんまつ

写真提供：陸前高田市

高田太郎
このまつの下まで来ると、いろいろな気持ちがこみ上げてくる。

トーマス　マッカラム
一本まつをぜひ見に来てほしい。

アグス　スラトノ
でも、一おく五千万円もかかったんだって。お金、かけすぎだよ。

さぶろうまる
いのちのシンボルだよ！

まめぶっ子
つたえていくせきにんがあるでしょう。

Lesson3 奇跡の一本松

難しさ ♣♣♣

海辺に、一本の松が立っています。幹の中は空洞で、金属の心棒が入っています。枝や葉は、レプリカです。大海原を見渡すように、すっくと立つ松の根元は、コンクリートで固められています。

写真提供：陸前高田市

ここは、岩手県陸前高田市、高田松原。およそ350年もの昔、先人たちはこの地に6200本の松の木を植えました。その後、育て、増やして、やがて7万本が生い茂る、立派な松原となりました。白い砂浜に木々の緑が美しい松原は、そこに住む人々の憩いの場所となり、また、海から吹く強い風や、高潮、津波などの被害から、人々を守ってきました。

2011年3月11日金曜日午後2時46分。マグニチュード9.0、最大震度7の地震が起こりました。地震は、非常に大きな津波を引き起こし、最大で17メートルの高さになって、松原を襲いました。津波は松原を飲みこみ、陸前高田の町を飲みこんでいきました。そして、残ったのは、たった一本の松。

たった一本の松だけが、なぎ倒された松原の中に立っていました。7万本の松の中で一本だけ生き残った姿を見た人々は、この松を「奇跡の一本松」と呼びまし

WORDS

- 奇跡：miracle / 奇迹 / kỳ tích
- 松：pine / 松树 / cây Thông
- 幹：trunk / 树干 / thân cây
- 空洞：hollow / 空心 / rỗng
- 心棒：rod / 轴 / lõi sắt
- 大海原：great sea / 汪洋大海 / biển lớn
- 見渡す：to look out over / 瞭望，远望 / nhìn ra
- すっくと：upright / 挺立(不动) / sừng sững
- 固められる：to be anchored / 被固定 / được cố định
- 先人：people in the olden days / 前人，先人 / tiền nhân, tổ tiên
- 生い茂る：to grow and spread / 苗壮，茂盛 / đâm trồi náy nở
- 松原：pine forest / 松树茂盛的平原 / rừng Thông
- 砂浜：sand beach / 沙滩 / bãi cát
- 憩い：respite / 休憩 / nghỉ ngơi
- 高潮：high tide / 满潮 / sóng lớn
- 津波：tsunami / 海啸 / sóng thần
- 震度：seismic intensity / 震级，震度 / độ động đất
- 襲う：to assault / 侵袭 / tấn công
- 飲みこむ：to swallow / 吞没 / nuốt chửng
- なぎ倒される：to be fallen / 被扫平 / bị đánh đổ

た。そして一本松は、この巨大地震による災害からの、復興のシンボルとなりました。

　しかし、せっかく生き残った松の寿命は、長くはありませんでした。一本松の幹には、津波で押し流された物がぶつかって傷がつき、根は海水に浸されて腐りました。一本松を何とか助けようとする人々の努力もむなしく、翌年の5月に、松は完全に枯れて死んでいることが確認されました。

　枯れてもなお、海辺に立ち続ける一本松をこの地に残したいという人々の想いから、「奇跡の一本松保存プロジェクト」が立ち上げられました。そして今、生きていた頃の姿そのままに、一本の松の木が、陸前高田の海辺に立っているのです。

　2016年10月。高田松原の再生を目指して、松の苗木150本が試験的に植えられました。今後3、4年をかけて、約4万本の植林が計画されています。それらの苗木の中には、この震災の前に高田松原で拾われた松ぼっくりから種を採って、育てたものもあるそうです。一本松から、再び松原へ。奇跡は着実に、明日に向けて歩き始めています。

- 災害：disaster / 灾害 / thảm hoạ
- 復興：recovery / 复兴 / hồi sinh, phục hưng
- シンボル：symbol / 象征 / biểu tượng
- せっかく：even though / 难得, 好不容易 / đã lỡ
- 寿命：lifetime / 寿命 / tuổi thọ
- 押し流される：to be pushed away / 被冲走, 被冲垮 / bị cuốn trôi
- 浸される：to be immersed / 浸泡 / bị ngấm vào
- むなしい：empty / 徒然, 枉然, 白白 / vô ích
- 枯れる：to die / 凋零, 枯萎, 枯死 / bị chết
- なお：still / 还, 仍然, 依然 / hơn nữa
- 立ち上げられる：to be launched / 成立, 被制定 / dựng nên, lập nên
- 想い：hope / 想法 / mong muốn
- そのままに：as is / 维持原状, 保持原样, 原封不动 / như cũ
- 再生：regeneration / 重生, 死而复生, 新生 / tái sinh
- 苗木：sapling / 树苗 / nhánh cây
- 試験的に：experimentally / 试验性地 / thử nghiệm
- 植林：tree planting / 植树造林 / trồng rừng
- 震災：earthquake disaster / 震灾 / thảm hoạ động đất
- 松ぼっくり：pine cones / 松塔儿, 松球 / quả Thông
- 着実に：steadily / 踏实, 扎实, 稳健 / chắc chắn, xác thực

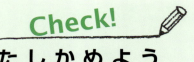

たしかめよう

Ⅰ (　)の中に、○か×かを書きなさい。

1. (　) 震災の前、高田松原には6200本の松の木が生い茂っていました。
2. (　) 松原は、高潮や津波などの被害から、人々を守ってきました。
3. (　) 人々の努力によって、「奇跡の一本松」は、枯れませんでした。
4. (　) 2021年までに、高田松原に4万本の松を植えることが、計画されています。
5. (　) 「奇跡の一本松」から種を採って、苗木を育てています。

Ⅱ 質問に答えなさい。3.は自分の答えを書きなさい。

1. 人々は、どうしてこの松を「奇跡の一本松」と呼びましたか。

2. 「奇跡の一本松」は、今どうなっていますか。

3. お国には、どのような災害がありますか。

もっと読んでみよう！①

津波てんでんこ

　東北地方の三陸沖は、これまでに何度も大きな津波の被害にあってきました。恐ろしい津波から逃げる経験を重ねた東北の人たちは、「津波てんでんこ、命てんでんこ」を教訓としました。「てんでん」には「それぞれ、一人一人」の意味があります。それに「こ」をつけるのは、東北地方の方言です。つまり、この教訓が伝えているのは、「津波が起きたら、家族や知人のことは気にしないで、自分ひとりで逃げて命を守れ」ということになります。

　「自分だけ逃げるなんて、薄情なのではないか」と思う人もいるかもしれません。でもそれは、津波の恐ろしさを知らない人が考えることです。津波は、水深5000mでは飛行機の速さ、水深500mでは新幹線の速さで伝わります。津波が目に見えてから逃げたのでは、間に合わないのです。迷っている時間はありません。だから、とにかく逃げる。家族や大切な人たちが、そうやって「てんでんこ」に逃げていることを信じて、逃げる。一人一人が、決して後戻りしないで逃げることが、結局いちばん多くの命を救うことになるのです。

　津波てんでんこ、命てんでんこ。このことばには、津波に苦しめられた長い歴史を持つ東北の人たちの、辛さをこらえた強い意志が込められています。

WORDS

- 東北地方：Tohoku area / 东北地方 / vùng Đông Bắc
- 三陸沖：Sanriku beach area / 三陆海域 / ngoài khơi Sanriku
- 重ねる：to repeat / 积累 / tích luỹ
- 教訓：lesson / 教训 / huấn luyện, giáo huấn
- 方言：dialect / 方言 / phương ngữ, tiếng địa phương
- 知人：acquaintances / 熟人，朋友 / người quen
- 薄情：heartless / 薄情 / vô tình, bạc tình
- とにかく：anyway / 总之 / cứ...
- 後戻り：going back / 后退 / quay lại
- 苦しめられる：to be tortured / 受〜折磨 / bị làm khổ
- こらえる：to endure / 忍耐，忍受 / chịu đựng
- 込める：to be put, to be embedded / 包含 / chất chứa

もっと読んでみよう！②

五重塔からスカイツリーへ

ペイレス / PIXTA

これは奈良県にある法隆寺の五重塔です。世界で一番古い木造の塔で、7世紀に建てられました。江戸時代(1603-1868)以前に建てられた五重塔は、日本に22ありますが、今までに地震で倒れたという記録がありません。一番高いもので54.8ｍ(東寺・京都)もある塔が、度重なる地震によっても倒れなかったのは、どうしてでしょうか。

五重塔は16本の柱によって支えられ、その中央を「心柱」と呼ばれる柱が貫通しています。この心柱に地震の揺れを抑える効果があるという説があります。2004年と2006年に、つくば市にある防災科学技術研究所で、法隆寺五重塔と同じ様式の5分の1の模型を揺らす実験が行われました。しかし、模型が壊れるか、壊れないかという点では、心柱があってもなくても、結果は変わらなかったそうです。つまり、五重塔がなぜ地震に強いのかは、まだ、なぞの部分が多いのです。

今、東京には、634ｍの高さを誇る東京スカイツリーが立っています。スカイツリーにも、塔の中心に鉄筋コンクリートの柱があり、この柱を利用した最新のシステムが、世界一高い電波塔を地震から守っています。スカイツリーの設計チームは、地震に強い五重塔にあやかって、この柱を「心柱」と名付けました。

五重塔からスカイツリーへ。技術は革新しても、心は今へと引き継がれています。

WORDS

- 木造：wood construction / 木造 / làm bằng gỗ
- 塔：pagoda / 塔 / tháp
- 度重なる：repeated / 屡次，再三 / nhiều lần
- 柱：column / 柱子 / cột
- 支えられる：to be supported / 支撑 / được chống đỡ
- 中央：center / 中央 / chính giữa, trung tâm
- 貫通する：to go through / 贯穿 / xuyên suốt
- 抑える：to suppress / 抑制 / khống chế, chế ngự, chịu
- 様式：style / 式样 / hình thức
- 模型：replica / 模型 / mô hình
- 揺らす：to shake / 摇动，晃动 / làm rung
- 誇る：to boast / 引以为豪 / tự hào
- 鉄筋：reinforced concrete / 钢筋 / cốt thép
- 電波塔：telecommunications tower / 电波塔 / tháp phát sóng
- あやかる：to name after / 仿效 / tiếp thu
- 名付ける：to name / 命名 / đặt tên là
- 革新：innovation / 革新 / cách tân
- 引き継ぐ：to inherit / 承接 / truyền tới

グラマーノート Grammar Note

1. V-てきます／V-ていきます（空間的用法〈くうかんてきようほう〉） spatial relationship / 空间用法 / cách nói chỉ không gian

- 津波〈つなみ〉は松原〈まつばら〉を飲〈の〉みこみ、陸前高田〈りくぜんたかた〉の町〈まち〉を飲みこん<u>でいきました</u>。（p.42, l.14）

Subject of V is moving closer to the location of speaker or another person's viewpoint that the speaker adopts with "～てくる" and moving away with "～ていく".

主体从说话时时的位置靠近的动作用"～てくる"，远离的动作则用"～ていく"来表示。

Cách diễn tả hành động tiến đến gần chủ thể khi nói thì dùng "...tekuru", còn hành động tiến xa chủ thể thì dùng "~teiku".

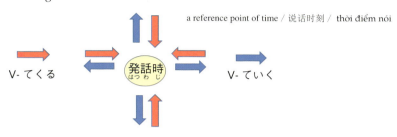

2. V-てきます／V-ていきます（時間的用法〈じかんてきようほう〉） temporal relationship / 时间用法 / cách nói chỉ thời gian

- 白〈しろ〉い砂浜〈すなはま〉に木々〈きぎ〉の緑〈みどり〉が美〈うつく〉しい松原〈まつばら〉は、海〈うみ〉から吹〈ふ〉く強〈つよ〉い風〈かぜ〉や、高潮〈たかしお〉、津波〈つなみ〉などの被害〈ひがい〉から、人々〈ひとびと〉を守〈まも〉っ<u>てきました</u>。（p.42, l.9 simp.）

A change taking place earlier than a reference time is "～てくる", while a change taking place afterward is "～ていく".

从参考时刻之前朝着参考时刻进行的推移、变化用"～てくる"，从参考时刻开始往参考时刻之后的推移、变化则用"～ていく"表示。

Sự thay đổi, chuyển động từ thời điểm trước đến mốc thời gian chuẩn thì dùng "...tekuru", còn sự thay đổi, chuyển biến từ cột mốc thời gian trở về sau thì dùng "...teiku"

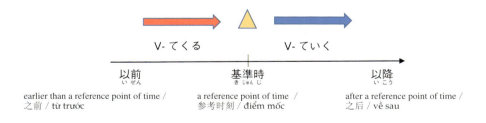

漢字 ♣KANJI♣

松

pine
松树
(TÙNG) cây Thông, cây Tùng

＊松原
まつばら

音 ショウ
訓 まつ

林

forest
森林
(LÂM) rừng

＊植林
しょくりん

音 リン
訓 はやし

柱

pillar
支柱
(TRỤ) cây cột

＊心柱
しんちゅう

音 チュウ
訓 はしら

震

quake
地震
(CHẤN) động đất

＊地震
じしん

音 シン
訓 ふる-える

災害
さいがい

natural calamity
自然灾害
(TAI) thiên tai

音 サイ
訓 わざわ-い

harm
伤害
(HẠI) thiệt hại

音 ガイ

Chapter 3

び

山下白雨『富嶽三十六景』より
さんかはくう ふがくさんじゅうろっけい

♣　　　Lesson 1　今年の漢字
　　　　　　　　　ことし　かんじ

♣♣　　Lesson 2　虫の声？ 虫の音？
　　　　　　　　　むし　こえ　むし　おと

♣♣♣　Lesson 3　人生は旅
　　　　　　　　　じんせい　たび

beautiful
美
(MỸ) đẹp

Chapter 3・美

Lesson 1

今年の漢字
ことし　かんじ

2011年「今年の漢字®」第1位「絆」
主催・写真提供：公益財団法人 日本漢字能力検定協会
「今年の漢字」は（公財）日本漢字能力検定協会の登録商標です。

清水寺（2019年現在、修繕工事中）

ルカ
ぼくがいちばんすきな漢字は「風」だよ。
　　　　　　　　かんじ　　　かぜ

マルキー
漢字って、えみたい。
かんじ
アートだね。

フランシスカ
ひらがなやカタカナはいいけど、
漢字はおそろしい。
かんじ
ぜんぶでいくつあるの。

Lesson 1　今年の漢字

年末になると、どの国でも新しい年を迎えるための行事や一年を振り返る行事がいろいろあります。伝統行事はもちろんのこと、新しく生まれた行事もたくさんあります。日本の一年を振り返る行事としては、その年の10大ニュースや一番よかった歌、コマーシャルなどを選ぶイベントがあります。

日本漢字能力検定協会では、12月12日を「漢字の日」と決めました。毎年、漢字一字でその年の世相を表す「今年の漢字」を公募し、一番多く集まった字を発表しています。発表は世界遺産で有名な京都の清水寺で行われ、このお寺の僧侶が特大の紙に筆で書きます。

2017年の「今年の漢字」は「北」でした。15万票以上の公募の中から「北」が約7,000票を集めて、1位になりました。2017年は、「北朝鮮」のミサイルが「北海道沖」に落ちて、日本の人びとを不安にした年でした。「北」は二人の人が背を向け合って、立っている様子を

WORDS

- 迎える：to face, to greet (a New Year) / 迎来，迎接，即将 / đón
- 行事：event / 活动 / sự kiện
- 振り返る：to look back / 回顾 / xem lại, nhìn lại
- 伝統：tradition / 传统 / truyền thống
- 10大ニュース：10 biggest news / 十大新闻 / 10 tin tức lớn nhất
- コマーシャル：commercial / 广告 / quảng cáo
- イベント：event / 事件，大事，活动 / sự kiện
- 日本漢字能力検定協会：The Japan Kanji Aptitude Testing Foundation / 日本汉字能力检定协会 / Hiệp hội kiểm định năng lực Hán tự Nhật Bản
- 世相：people's mood / 社会情况 / xu thế xã hội
- 表す：to represent / 表示 / thể hiện
- 公募する：to ask the public / 公开募集 / kêu gọi bình chọn
- 発表する：to publish / 发表 / phát biểu
- 世界遺産：World Heritage Site / 世界遗产 / di sản thế giới
- 僧侶：monk / 僧侣 / tăng lữ
- 特大：extra large / 特大 / cực lớn
- 筆：brush / 毛笔 / bút lông
- ～票：～ votes / ～票 / ... phiếu
- 約：approximately, around / 大约 / khoảng
- ～位：～ rank, ～ place / 第～位 / khoảng cỡ...
- 北朝鮮：North Korea / 北朝鲜 / Bắc Triều Tiên
- ミサイル：missile / 导弹 / tên lửa

示している漢字です。寒い方角を表しているだけでなく、「相手に背を向ける」「背を向けて逃げる」という意味があります。だから「敗北」「背」という言葉にも「北」が使われています。

この行事は1995年に始まり、2018年で24回目になります。以下がこれまでに選ばれた24字です。第１回目の1995年には、「震」という漢字が選ばれています。この年に日本では大地震やオウム真理教事件※などが起こって、人びとは恐怖に「震」えました。

2018	災 calamity, misfortune	2010	暑 summer heat, hot	2002	帰 return
2017	北 north	2009	新 new	2001	戦 fight
2016	金 metal, gold, money	2008	変 change	2000	金 metal, gold, money
2015	安 peaceful	2007	偽 falsify	1999	末 end
2014	税 tax	2006	命 life	1998	毒 poison
2013	輪 wheel, ring	2005	愛 love	1997	倒 topple
2012	金 metal, gold, money	2004	災 calamity, misfortune	1996	食 eat, food
2011	絆 tie	2003	虎 tiger	1995	震 quake

主催：公益財団法人 日本漢字能力検定協会

漢字の生みの親、中国でも2006年から、台湾でも2008年から日本と同じように年末になると、「今年の漢字」が選ばれています。

- □ 沖：off the coast / 海上，洋面 / ngoài khơi
- □ 不安：worry / 不安 / bất an, lo lắng
- □ 背を向けあう：to turn one's back on each other / 背対背 / quay lưng lại với nhau
- □ 様子：state / 情况，动向 / hình ảnh
- □ 示す：to connotes / 表示 / biểu thị
- □ 方角：direction / 方位 / phương hướng
- □ 相手：the other person / 对手，敌手 / đối phương

- □ 敗北：defeat / 打败仗，被击败 / bại trận
- □ 選ばれる：to be chosen / 被选为 / được bình chọn
- □ 大地震：great earthquake / 大地震 / động đất lớn
- □ 起こる：to happen, to occur / 发生，产生 / xảy ra
- □ 恐怖：terror / 恐怖，恐惧 / nỗi lo sợ
- □ 震える：to quake, to be shaken / 发抖, 哆嗦 / run sợ
- □ 生みの親：father of, mother of / 起源 / cha sinh mẹ đẻ
- □ 台湾：Taiwan / 台湾 / Đài Loan

※オウム真理教事件：Followers of AUM Shinrikyo killed the cult's enemies and used sarin in terrorist attacks on subways.
奥姆真理教的信者制造的随机性恐怖活动，包括杀害与教团敌对的人物和在地下铁散布沙林毒气等。
Vụ án của cuồng giáo Aum: là hành động khủng bố bằng cách xả khí sarin trên tuyến tàu điện ngầm, và sát hại những nhân vật đối lập với giáo phái cuồng tín Aum.

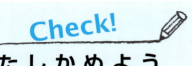

たしかめよう

I （　）の中に、○か×かを書きなさい。

1. (　　)「今年の漢字」は伝統的な行事です。
2. (　　)「今年の漢字」はその年を表す漢字です。
3. (　　)「今年の漢字」は清水寺の僧侶が決めます。
4. (　　) 2017年の「今年の漢字」は「震」です。
5. (　　)「今年の漢字」という行事は他の国にもあります。

II 質問に答えなさい。3. は自分の答えを書きなさい。

1. 「今年の漢字」はどのように発表しますか。

　

2. 2017年にはどうして「北」が選ばれましたか。

　

3. 一番好きな漢字は何ですか。それはどうしてですか。

グラマーノート Grammar Note

1. {N だ / な A だ / い A-い / V-る} と、

- 年末になると、どの国でも行事がいろいろあります。(p.52, l.2 simp.)
- 日本では春が来ると、さくらがさきます。
- 暑いと、汗が出ます。

An expression to describe general, factual matters, not personal thoughts.
"A と B" indicates that the event in the second clause (B) is always realized when the event in the first clause (A) is realized. Therefore, it is often used in reference to recurring facts or events in nature.

表示一般的关系，非某个特定之人的想法，是一种前述的事情发生，后述的事情必定会成立的关系。大多表示前面的事情发生后，后面的事情自动就会发生，常用于描述自然法则等。

Đây là cách nói thể hiện không phải ý định chủ quan của một cá nhân nào, mà thể hiện quan hệ khách quan. Hành động ở vế đầu làm tiền đề cho hành động ở vế sau. Hành động vế trước xảy ra dẫn đến hành động sau xảy ra một cách tự nhiên. Do đó, khi diễn tả một quy luật tự nhiên thì cấu trúc này thường được sử dụng.

2. N として (は)

- 一年を振り返る行事としては、10大ニュースや一番よかった歌などを選ぶイベントがあります。(p.52, l.4 simp.)
- 留学生として、大学で勉強しています。
- 趣味としてフランス語を習いたいです。

This is used when connecting to a noun that indicates a category, a capacity, a role, and a name.

接名词，表示种类、资格、立场、名目等。

Dùng chung với danh từ, dùng để chỉ chủng loại, tư cách, địa vị, danh mục…

漢字 ♣ K A N J I ♣

美

beautiful
美
(MỸ) đẹp

音 ビ
訓 うつく-しい

決

decide
決定
(QUYẾT) quyết định
＊決める
　き

音 ケツ
訓 き-まる、き-める

発

start, emit
开始，发出
(PHÁT) bắt đầu, phóng

音 ハツ
訓 た-つ

表

はっぴょう

express, surface, table
表达，表面，表格
(BIỂU) thể hiện, mặt trước, bảng biểu

音 ヒョウ
訓 おもて、あらわ-す

選

choose
选择
(TUYỂN) tuyển chọn
＊選ぶ
　えら

音 セン
訓 えら-ぶ

末

end
末尾
(MẠT) cuối
＊年末
　ねんまつ

音 マツ
訓 すえ

Chapter 3・美

Lesson 2

虫の声？ 虫の音？

クロード
日本人の話には、さらさら、ぽろぽろ…と、くりかえすことばがたくさんあるね。

エレナ
まんがでは、ビュンビュン、ドカーンって、いろいろな音が読めるよ。

マイケル
アメリカにもオノマトペはあるけど、日本のはかわいくて、ときどき子どもみたいじゃない？

リー
「むしのこえ」という歌を聞いた？おもしろいんだ。

Lesson2 虫の声？虫の音？

　日本の医学者、角田忠信氏（1926〜）は、1987年にキューバ（Cuba）の国際会議に参加しました。会場にはいろいろな国から人が集まっていました。その日、外では虫がさかんに鳴いていたので、角田氏は、まわりの人に「あれは何という虫ですか」と質問しました。日本には昔から季節を感じながら虫の声を聞く風習があり、それは角田氏にとっては、何気ない質問でした。ところが、みんなは不思議そうな顔で、何も聞こえないと言うのです。人によって、同じ音に気づいたり気づかなかったりするのでしょうか。おもしろいと思った角田氏は、医学的に実験を始めました。

　人間には右脳と左脳があり、音楽や機械の音は右脳で、人の言葉は左脳で聞いています。右脳は「音楽脳」、左脳は「言語脳」とも呼ばれます。

WORDS

- 医学者：medical doctor / 医学家 / nhà khoa học y học
- 国際会議：international conference / 国际会议 / hội nghị quốc tế
- 参加する：to participate / 参加 / tham gia
- さかんに：actively / 热烈 / thịnh vượng
- 感じる：to feel / 感到 / cảm thấy
- 風習：custom / 风俗习惯 / phong tục
- 〜にとって：to 〜 / 对〜来说 / đối với ...
- 何気ない：without thinking / 若无其事的 / vô tình (không có ý gì)
- ところが：however / 然而 / tuy nhiên
- 不思議そうな：puzzled, wondering / 不可思议地 / kỳ lạ
- 〜によって：depending on 〜 / 根据〜, 按照〜 / tuỳ theo
- 気づく：to notice / 发觉, 意识, 察觉 / để ý thấy
- 医学的に：medically / 医学上的 / mang tính y khoa
- 実験：experiment / 实验 / thí nghiệm, thực nghiệm
- 右脳：right brain / 右脑 / não phải
- 左脳：left brain / 左脑 / não trái
- 機械：machine / 机械 / máy móc
- 言語脳：language brain / 语言脑 / não ngôn ngữ
- 呼ばれる：to be called, to be refered to as / 被称为 / được gọi là

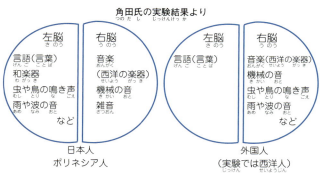

角田氏の実験結果より

15　この点は、実験に参加した外国人も日本人も同じでした。しかし、虫や動物の鳴き声を、外国人のほうは右脳で楽器や機械の音のように、20 日本人のほうは左脳で声や言葉のように聞いていることがわかってきたというのです。たしかに、暑い夏に鳴く「みんみんぜみ」、すずしくなるころ鳴く「かなかな」など、せみの名前もその鳴き声で呼ばれています。子どもたちが小学校で習う歌『虫のこえ』では、秋の夜、虫たちが、「リンリンリンリン」「キリキリキリキリ」「ガチャ25 ガチャガチャガチャ」※などと鳴いています。

　実験では、この現象は、日本人とポリネシア人だけに見られたそうです。そして、日本人でも、外国で生まれ育って日本語を話さない場合は、虫が鳴いても言葉のようには聞こえないという結果も出ました。

- 鳴き声：voice, sounds / 鸣声 / tiếng kêu, tiếng gáy
- 楽器：musical instrument / 乐器 / nhạc cụ
- 〜のように：like 〜 / 像〜一样 / giống như...
- 〜てくる：it turned out / 一直〜（动作的持续）, 变〜（动作的变化） / làm...
- たしかに：definitely / 的确 / quả thật
- 〜ころ：when 〜 / 〜时候，〜时期 / khoảng

- せみ：cidade / 蝉 / con ve sầu
- 現象：phenomenon / 现象 / hiện tượng
- ポリネシア人：Polynesian / 坡里尼西亚人 / người Polynesia
- 見られる：to be seen / 被观察到 / thấy được
- 生まれ育つ：to be born and raised / 诞生成长 / sinh ra và lớn lên
- 結果：result / 结果 / kết quả

※ In the song『虫のこえ』,「リンリンリンリン」「キリキリキリキリ」「ガチャガチャガチャガチャ」are onomatopoeia representing the sounds of bell crickets, true crickets, and Mecopoda nipponensis, respectively.
在《虫声》里，"リンリンリンリン（铃铃铃铃）"、"キリキリキリキリ（唧唧唧唧）"、"ガチャガチャガチャガチャ（轧织轧织轧织轧织）"等拟声词分别表示金钟儿、蟋蟀、纺织娘的叫声。
Trong tiếng kêu của côn trùng thì có nhiều loại như "réc réc réc réc", "kiri kiri kiri", hay "gacha gacha gacha gacha", đó là những từ tượng thanh diễn tả tiếng kêu của cào cào, dế, châu chấu Mỹ.

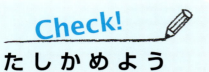

たしかめよう

I （　　）の中に、○か×かを書きなさい。

1. （　　）キューバの国際会議に、いろいろな国の人たちがいましたが、みんなに、会場のまわりの虫の鳴き声が聞こえました。

2. （　　）角田氏の実験の結果では、外国人と日本人の音の聞こえ方にちがいがありました。

3. （　　）日本人は、虫や動物の鳴き声を右脳ではなく、左脳で聞いていると、角田氏は説明しました。

4. （　　）角田氏は、日本人とポリネシア人に同じ現象が見られたと言いました。

5. （　　）日本人は子どものころから、虫たちの声を歌います。

II 質問に答えなさい。3.は自分の答えを書きなさい。

1. 右脳は「音楽脳」、左脳は「言語脳」と呼ばれます。どうしてですか。

_____

2. 角田氏の実験の結果では、虫が鳴くと、外国で生まれ育った日本人にはどのように聞こえますか。

_____

3. あなたには、虫の「声」ですか、虫の「音」ですか。

_____

_____

もっと読んでみよう！❶

耳をすませて

　日本語では、雨は「ぽつぽつ」「しとしと」「ざあざあ」のようにふり、風は、「そよそよ」「ざわざわ」「びゅうびゅう」のようにふきます。それぞれどんな雨のふり方、どんな風のふき方か、想像してみてください。このような擬音語は、英語など外国語にもありますが、聞こえたままの音をくり返す擬音語の数は、日本語の場合、英語の3～5倍あると言われ、言葉と文化の一つの特色となっています。

　ふり始めたまばらな雨は「ぽつぽつ」、静かにふる雨は「しとしと」、そして、はげしくふり続く雨は「ざあざあ」。静かにふく風は「そよそよ」、草や木の枝をゆらす風は「ざわざわ」、はげしく強くふく風は「びゅうびゅう」と、自然が言葉になって私たちに語りかけます。

　「ごろごろ」「しんしん」「ざぶんざぶん」も、自然の現象を表す擬音語です。どれが波か、どれが雪か、また、どれが雷か、耳をすませてみてください。

WORDS

- 耳をすませる：to listen / 侧耳倾听 / để ý nghe
- 想像する：to imagine / 想象 / tưởng tượng
- 擬音語：onomatopoeia / 拟声词 / từ tượng thanh
- ～ままの：as is / 如实，维持～的原状 / giữ nguyên theo giống bản thân (nghe)
- くり返す：to repeat / 重复，反复 / lặp đi lặp lại
- 数：number / 数目 / số
- ～倍：~ times / ～倍 / ~ lần
- 文化：culture / 文化 / văn hóa
- 特色：feature / 特色 / đặc sắc
- ふり始める：to start to rain / 开始下（雨）/ bắt đầu rơi
- まばらな：sparese / 稀稀落落 / lâm râm
- はげしく：intencely / 猛烈，激烈 / dữ dội
- ふり続く：to continue raining / 持续下（雨）/ (mưa) rơi liên tục
- 枝：branches / 树枝 / nhánh, cành (cây)
- ゆらす：to rustle / 摇动 / làm rung rinh
- 自然：nature / 自然 / tự nhiên
- 語りかける：to speak to / 对～开始说 / nói với …
- 表す：to express / 表示 / thể hiện
- 波：waves / 波浪 / sóng biển
- 雷：thunder / 雷 / sấm chớp

もっと読んでみよう！❷

古典文学と虫たち

世界の人たちに読まれている日本文学に、平安時代（七九四〜一一八五年）の古典、『源氏物語』と『枕草子』があります。どちらの作品にも、虫の声に耳をすませる日本人の風習が書かれています。

『枕草子』は、さまざまなものごとについてのエッセイです。その中でも、「虫はすずむし。ひぐらし。ちょう。まつむし。……」と、作者は、虫とその声に注目しています。みのむしの声は「ちちよ、ちちよ」と表現しています。みのむしは鬼の子で、父は、子どもにも自分と同じ鬼の心があるのがこわくなって、にげてしまいました。そのことを知らないみのむしが、「父よ、父よ」と鳴いていて、かわいそうだと書かれています。

『源氏物語』は、光源氏という貴族と女性たちとの恋の物語です。光源氏が、ある女性の部屋の庭に鈴虫や松虫をはなす場面があります。愛する人とともに、虫の声を聞きながら、秋のしみじみとした雰囲気の中ですごそうとしたのです。日本の秋は月見でも有名ですが、虫の声がなければ楽しみも半分になってしまいます。その声を聞くために虫を飼う風習は、今でも京都の鈴虫寺などに残っています。

ここにも、虫の鳴き声を人の言葉のようにとらえる日本人らしい発想があります。

所蔵：石山寺

WORDS

- 古典：classical literature / 古典 / cổ điển
- 作品：work / 作品 / tác phẩm
- 風習：customs / 风俗习惯 / phong tục
- 貴族：nobility / 贵族 / quý tộc
- 恋：love, affair / 恋爱，爱情 / tình yêu
- 物語：story / 传说 / 故事 / câu truyện
- ある〜：a 〜, certain 〜 / 某〜 / có một ...
- はなす：to let go / 放 / nói
- 場面：scene / 场景，情况 / tình huống
- 愛する：to love / 热爱 / yêu
- しみじみとした：heartfelt / 感同身受 / sâu đậm

- 雰囲気：mood / 气氛，氛围 / bầu không khí
- 月見：moon gazing / 赏月 / ngắm trăng
- ものごと：things / 事物 / sự việc
- エッセイ：essay / 随笔 / bài luận
- ひぐらし：higurashi cidade, clear-toned cicade / 蝉 / ve sầu Higurashi
- まつむし：pine cricket / 金琵琶 / con dế
- 注目する：to focus on / 注目 / tập trung
- みのむし：bagworm / 结草虫 / sâu áo tơi
- 鬼：monster / 幽灵 / quỷ
- とらえる：to catch, to capture / 领会，理解 / được xem như
- 発想：idea / 想法 / ý tưởng

グラマーノート Grammar Note

1. V（普通形）のです

- みんなは不思議そうな顔で、何も聞こえないと言う<u>のです</u>。(p.58, l.8)
- 人によって、同じ音に気づいたり気づかなかったりする<u>のでしょうか</u>。(p.58, l.9)

An expression ending in this form has several uses. In this lesson, in particular it refers to a speaker's astonishment and facts, explanations of facts or reasons, and it describes something that is difficult to comprehend. Other uses also include to offer a reason for rejecting a request, or to preface a question using the form "～んですが、." In a conversational form, "の" as in "～のです" is replaced by "ん" to make "～んです."

有多种用法。这里举出了描述伴随着惊讶或某种发现的事实、描述说明的内容或理由、询问难以理解的事情等情况。另外，还有期望对方理解拒绝其邀约的理由，或者在询问事情前，用"～んですが，"做为前言等用法。在口语里，"の"会变成"ん"，如"～んです"。

Có nhiều cách sử dụng. Ở trường hợp này, trình bày sự thật cùng với những phát hiện mới hoặc tâm trạng bất ngờ, giải thích lý do hoặc giải thích một điều gì đó, hoặc hỏi về một sự vật sự việc khó hiểu. Ngoài ra, cách nói này còn thể hiện mong muốn nhận được sự thông cảm khi từ chối lời mời chào của ai, hoặc khi hỏi, người ta thường dùng hình thức「～んですが,」để làm lời mở đầu dẫn vào đề tài chính. Trong văn nói,「～んです」và「の」được chuyển thành「ん」.

2. 形容詞の副詞的用法 Adjective used as an adverb / 形容词作为副词时的用法 / Hình thức phó từ của tính từ

- <u>はげしく</u>ふり続く雨（p.61, l.10）
- <u>静かに</u>ふる雨（p.61, l.9）

-い adjectives and -な adjectives are conjugated to function as adverbs and able to modify verbs.

形容词能像副词一样修饰动词。

Có thể dùng tính từ như phó từ để bổ nghĩa cho động từ.

-い adjective will end with "く," instead "い."

い形容词是由"い"变成"く"。

Trường hợp tính từ "–i", "-i" sẽ biến thành "-ku".

例）はげし<u>い</u>→はげし<u>く</u>　　強<u>い</u>→強<u>く</u>

-な adjective will end with に, instead of "な."

な形容词是由"な"变成"に"。

Trường hợp tính từ "-na", "na" sẽ biến thành "ni".

例）静か<u>な</u>→静か<u>に</u>　　にぎやか<u>な</u>→にぎやか<u>に</u>

漢字 ✤ KANJI ✤

声
voice
说话声
(THANH) tiếng

音 セイ
訓 こえ

脳
brain
脑
(NÃO) não
＊右脳
　うのう
音 ノウ

音
sound
声音
(ÂM) âm thanh
＊音楽
　おんがく
音 オン
訓 おと、ね

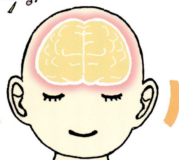

虫
insect
虫
(TRÙNG) côn trùng

音 チュウ
訓 むし

鳴
cry, sound
（鸟或动物的）叫声，(使)发声
(MINH) kêu, gào
＊鳴く
　な
音 メイ
訓 な-く

感
sence, feel
感觉，感受
(CẢM) cảm giác, cảm xúc
＊感じる
　かん
音 カン
訓 かん-じる

Chapter 3・美

Lesson 3

人生は旅

松尾芭蕉

パウロ
ばしょうって聞いたことがあるけど、何した人？

みえこ
旅をしながら、ハイクを作った人。

ライアン
ばしょうのハイク、知ってるよ。ほら、カエルがとびこんだっていうの。

ナターシア
ハイクは世界でいちばんみじかいしだって。

リティダ
どうして人生は旅なの、わかんない。旅は楽しいから、人生は楽しいってこと？

Lesson3 人生は旅

古池や　蛙飛びこむ　水の音
The ancient pond
A frog leaps in
The sound of the water.*

これは小学校の教科書にも出ている有名な俳句です。

この句を作ったのは松尾芭蕉(1644-1694)という人です。この句は、俳句に新しい世界を作り出したと言われています。それまで、かえるは鳴き声を詠むことがふつうでしたが、芭蕉はかえるの飛びこむ音に焦点をあてて、読む人にその音をイメージさせて、音を詠むということを始めたからです。

松尾芭蕉は、江戸時代(1603-1868)の人で、俳句の聖人と言われています。芭蕉は旅をしながら俳句をたくさん作りました。『おくのほそ道』は、芭蕉が太平洋や日本海にそって歩いた旅の記録です。芭蕉は、生まれた三重県を中心に、よく旅に出ていますが、今の東北地方に行ったのはこのときが初めてでした。1689年の3月、芭蕉は、弟子を一人連れて、『おくのほそ道』の旅に出ました。今まで行ったことがない有名な地や、歴史上名高い場所をたずね歩いて、50以上の句を作りました。そして、この年の8月に岐阜県大垣に着いて、5か月2,400kmの旅を終えました。

*ドナルド・キーン(著)(1995)『日本文学の歴史7 近世編1』中央公論社

WORDS

- 俳句: haiku / 诗句 / thơ Haiku
- 句: poem / 俳句 / câu, cú
- かえる: frog / 青蛙 / con ếch
- 詠む: to write a poem / 吟, 咏 / làm (thơ)
- 飛びこむ: to jump in / 飞身而入 / nhảy vào
- 焦点をあてる: to focus on / 聚焦于 / tập trung vào
- イメージさせる: to evoke an image / 让(人)产生印象 / gây ấn tượng
- 聖人: saint / 圣人 / thánh nhân
- 太平洋: Pacific Ocean / 太平洋 / Thái Bình Dương
- 日本海: Sea of Japan / 日本海 / Biển Nhật Bản
- ～にそって: along / 沿着～ / dọc theo
- 東北地方: Tohoku Area / 东北地方 / vùng Đông Bắc
- 弟子: apprentice / 弟子 / đệ tử
- 歴史上: historically / 历史上 / trong lịch sử
- 名高い: famous / 著名的, 众所周知 / nổi tiếng
- たずね歩く: to travel and visit / 走访 / ghé thăm

※奥州藤原氏: Oushu Fujiwara family was a clan that ruled Hiraizumi and the surrounding Tohoku Area in the late Heian Period. Arts and culture flourished in Hiraizumi, influenced by Kyoto.
平安时代后期，在东北地区以平泉为中心建立起势力的豪族。引进京都文化，使平泉文化达到鼎盛。
là dòng họ có thế lực hùng mạnh ở vùng Đông Bắc có trung tâm là Hiraizumi. Tiếp thu văn hóa Kyoto làm tiền đề phát triển văn hóa Hiraizumi.

Key Kanji 旅 俳 句 終 忍者 ➡p.72

旅の間に各地に門人ができましたし、多くの有名な句も生まれました。例えば、

閑さや　岩にしみ入る　蝉の声 In this hush profound, Into the very rocks it seeps— The cicada sound.**

写真提供：山寺観光協会

の句は、山形県の山寺で作りました。

岩手県平泉というところは、奥州藤原氏※が三代栄えたのち、源頼朝※(1147-1199)に攻め滅ぼされた地です。芭蕉はこのとき45歳でしたが、古い戦場にぼうぼうとしげった草を見て、

夏草や　兵どもが　夢の跡 A mound of summer grass: Are warriors' heroic deeds Only dreams that pass?**

と詠みました。昔ここで死んだ侍のことを思って、人生のはかなさを感じたのでしょう。新潟県では、

荒海や　佐渡によこたふ　天河 O'er wild ocean spray, All the way to Sado Isle Spreads the Milky Way!**

という、スケールの大きい描写の句を詠みましたが、この句は佐渡の島と新潟との間の、波が高い日本海の上に天の川（天河）が広がっている様子を表す『おくのほそ道』を代表する句の一つになっています。

芭蕉は『おくのほそ道』の最初に「月日は、永遠に旅を続ける旅人のようなものだ」と書いています。たしかに「月日」を生きる人間にとって、一生は旅のようなものです。旅の終わりはいつか必ずやって来ます。そのとき、本当にいい旅だったと言えるようにしたいものです。

** 松尾芭蕉(著), ドロシー・ブリトン(訳) (2002)『(新装版) 英文版 奥の細道 - A Haiku Journey』講談社インターナショナル

- 門人：student / 门生 / đệ tử
- 山寺：common name of "Houjusan Risshaku-ji" in Yamagata prefecture / "宝珠山立石寺" 的俗称。/ Tên gọi thường của "Hojuzan Risshaku-ji" ở tỉnh Yamagata
- 三代：three generations / 三代 / ba đời
- 栄える：to prosper / 繁荣, 兴旺, 昌盛 / thịnh vượng
- のち：after / 之后 / sau khi
- 攻め滅ぼされる：to be attacked and defeated / 被攻灭 / bị xâm chiến và làm diệt vong
- 戦場：battlefield / 战场 / chiến trường
- ぼうぼうと：thick with weeds / 蓬乱, 乱蓬蓬, 杂草芬芬 / rậm rạp
- しげる：to be covered with weed / 茂盛 / mọc dài
- 侍：samurai / 武士 / Samurai
- はかなさ：ephemeral / 虚幻 / ngắn ngủi
- スケール：scale / 规模 / quy mô, phạm vi
- 描写：depiction / 描写 / miêu tả
- 天河(天の川)：Milky Way / 银河 / Thiên hà (sông của trời)
- 月日：years / 岁月 / ngày tháng
- 永遠に：eternally / 永远地 / vĩnh viễn
- やって来る：to arrive / 来临 / đến
- ～したいものだ：should like to ～ / 带有 "本来就是如此" 之意, 用于形容具有常识性、普遍性之事 / là thứ…, ….làm sao.

※ 源頼朝：Minamoto no Yoritomo defeated the Oushu Fujiwara family at the battle of Oushu and went on to rule Japan. He established the Kamakura Bakufu in 1192, the first feudal military government in Japan.
在奥州的战役中歼灭奥州藤原氏，平定全国。1192 年在镰仓成立幕府，日本的武士执政由此开始。
Trong cuộc hợp chiến giữa các tiểu vương quốc đã làm diệt vong dòng họ Fujiwara, bình định thống nhất đất nước. Năm 1192 đã lập Mạc phủ ở Kamakura, đây là lần đầu tiên Nhật Bản có nền chính trị do giai cấp võ sĩ đứng đầu.

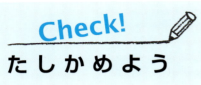

たしかめよう

I （　）の中に、○か×かを書きなさい。

1. （　）松尾芭蕉はよく旅をしました。
2. （　）旅は永遠に続くものです。
3. （　）俳句は旅をしながら、作らなければなりません。
4. （　）『おくのほそ道』は、芭蕉が書いた有名な旅の日記です。
5. （　）芭蕉は5か月で、2,400kmを歩きました。

II 質問に答えなさい。3.は自分の答えを書きなさい。

1. 芭蕉は『おくのほそ道』の旅で何をしましたか。

   _____

2. 「人生は旅」には芭蕉が『おくのほそ道』で詠んだ俳句が3つあります。芭蕉が人生のはかなさを感じたのは、どの句ですか。その句を書いてください。

   _____

3. 「人の一生は旅のようなものだ」と思いますか。それはどうしてですか。

   _____

   _____

もっと読んでみよう！❶

国際的になったHAIKU

　俳句がアメリカに伝わったのは20世紀の初めで、20世紀の後半には英語俳句が作られています。アメリカだけでなく、俳句は世界で一番短い詩として、今や、ヨーロッパ、アジアにと世界中に広がっています。アメリカ、イギリス、フランス、ハンガリー、タイなどでは初等教育の授業で俳句を教えています。それぞれの国の言語で、3行程度の短い詩として作られているようです。季語や音節のルールはなしで作られています。アメリカ、ヨーロッパ、オーストラリアなどで、いろいろな俳句大会が開かれています。

　毎日新聞が、創刊25周年を記念して、1997年から始めた「毎日俳句大賞」の第2回国際部門ではアメリカの詩人、パトリシア・ドネガン（Patricia Donegan）さんが1位になりました。

spring wind – I too am dust　（春の風 – われまた　塵でありにけり）

と哲学的な句を作りました。ドネガンさんは、江戸時代（1603-1868）の俳人、加賀の千代（1703-1775）の研究もしています。

　俳句は、たった17字で風景や日常の出来事を詠みますが、そこには作者の思いが込められています。読む人がその思いを感じとり、いろいろと想像して楽しみます。そんな楽しさが、世界中の人々の心をとらえているのでしょうか。

WORDS

- 伝わる：to spread / 传播 / hiểu, truyền đạt tới
- 今や：now, today / 现在 / ngay bây giờ
- ヨーロッパ：Europe / 欧洲 / Châu Âu
- アジア：Asia / 亚洲 / Châu Á
- ハンガリー：Hungary / 匈牙利 / Hungary
- 初等教育：elementary school education / 基础教育 / giáo dục sơ cấp
- ～行：line / ～行 / hàng
- 季語：seasonal word / 季语（表示季节的词语）/ từ ngữ về thời tiết
- 音節：syllable / 音节 / âm tiết
- ルール：rule / 规则 / luật lệ
- 創刊：launch / 创刊 / quy luật
- ～周年：anniversary / ～周年 / kỷ niệm ～ năm
- 大賞：competition / 大奖 / giải thưởng
- 部門：section / 部门 / bộ phận
- 哲学的な：philosophical / 哲学的 / mang tính triết học
- 俳人：haiku poet / 俳句诗人 / thi sĩ Haiku
- たった：only / 仅 / chỉ
- 込められる：to be put / 包括在内 / hàm chứa, chất chứa
- 感じとる：to feel / 感到 / cảm thấy
- とらえる：to capture / 吸引 / thu hút (hồn người)

もっと読んでみよう！❷

芭蕉は忍者だった？

松尾芭蕉（一六四四〜一六九四）といえば、日本史上、最も偉大な俳人ですが、忍者だったという疑惑もあります。芭蕉は忍者の里として有名な伊賀で生まれました。『おくのほそ道』の旅も、実は、スパイ活動が目的だったのではないかというのです。

芭蕉が『おくのほそ道』の旅に出たのは、四五歳でしたが、約二四〇〇kmを五か月で歩きました。平均すると毎日約十六kmもの山や谷を歩いたことになります。江戸時代の人は今の人よりよく歩いたと考えても、当時の年齢にしては大変な距離とスピードでいいでしょう。もし芭蕉が忍者といっていいでしょう。もし芭蕉が忍者だったら、若いときから早歩きの秘術を身につけ、健脚だったと考えられます。

五か月も旅をするには、お金がかかりますが、旅の費用はどこから出たのでしょうか。お金に困ったという記録はありません。また、江戸時代に人びとは今のように自由に旅をすることはできませんでした。それぞれの藩が発行する通行手形が必要でした。通行手形は現代のパスポートのようなものですが、通行手形を手に入れるのは本当に難しいことでした。

さらに、いっしょに『おくのほそ道』を旅した弟子は、後年、隠密として活躍しました。あなたはどう思いますか。芭蕉が忍者だったかどうかにかかわらず、芭蕉がすばらしい俳句を残したことに変わりはありません。

WORDS

- 忍者：ninja／忍者／Ninja
- 日本史上：in the history of Japan／日本史上／trong lịch sử Nhật Bản
- 偉大な：great／伟大的／vĩ đại
- 疑惑：suspicion／疑云, 怀疑／nghi hoặc
- 里：homeland／村落／quê hương
- 伊賀：a town in Mie prefecture／"三重县" 的城市／một thành phố thuộc tỉnh Mie
- スパイ活動：spying／间谍活动／hoạt động gián điệp
- 距離：distance／距离／khoảng cách, cự ly
- スピード：speed／速度／tốc độ
- 早歩き：fast walking／快走／đi nhanh
- 秘術：trick／秘诀／kỹ thuật bí ẩn
- 健脚：strong legs／健步／đôi chân khỏe
- 藩：feudal domain／江戸時代 "大名（隶属幕府的武士）" 的领土／thái ấp
- 発行する：to issue／发行／phát hành
- 通行手形：travel pass／槳／sổ thông hành
- パスポート：passport／护照／hộ chiếu, passport
- 後年：later years／晚年, 后期／những năm sau
- 隠密：spy／隐秘／ẩn dật, bí mật
- 活躍する：to work as／活跃／hoạt động
- かかわらず：in spite of／不论, 不管／mặc dù

グラマーノート　Grammar Note

自動詞と他動詞　intransitive verb and transitive verb／自动词和他动词／Tự động từ và Tha động từ

　自動詞　intransitive verb／自动词／Tự động từ

・多くの有名な句も生まれました。(p.67, l.18)

・天の川（天河）が広がっている　(p.67, l.30)

　他動詞　transitive verb／他动词／Tha động từ

・音を詠むということを始めました。(p.66, l.7 simp.)

・5か月 2,400km の旅を終えました。(p.66, l.17)

Intransitive verb is used for emphasizing the result, and the subject is immaterial. Tansitive verb is used for emphasizing the action, as in "(person) が (object) を (transitive verb)."
The first example includes an intransitive verb transformed as below focusing on Basho's action,

自动词主要叙述结果的事实，不关注谁做了那个行为。他动词主要叙述动作，以"（人）が（目的语）を（他动词）"的形式出现。如果把第一个用自动词的例句换成主要来叙述芭蕉行为的句子，就得使用他动词，变成下面这样。

Tự động từ nhấn mạnh kết quả của hành động. Ai thực hiện hành động đó không quan trọng. Tha động từ nhấn mạnh động tác của hành động. Hình thức "(người) + trợ từ ga + (vị ngữ) trợ từ wo + (tha động từ)" được sử dụng.
Câu ví dụ thứ nhất tự động từ được sử dụng, khi muốn nhấn mạnh hành động của Basho thì Tha động từ được sử dụng.:

・芭蕉は多くの有名な句も生みました。

In the second example, intransitive verb is used for describing the nature, without necessarily a person who acts.
In the two examples of transitive verb, Basho is the subject. Both sentences do not include the subject, because it is clearly implied. If the actions in these examples refer to generalities, instead of those taken specifically by Bashō, then the sentences will change as below:

第二个例句如实描述看到的大自然的状态，不存在动作者，故使用自动词。
两个他动词例句里的动作者都是"芭蕉"，不言自明，故无主词。如果不关注芭蕉的行为，只叙述成为事实的结果时，就得使用自动词，变成下面的例句。

Câu ví dụ thứ hai, nhấn mạnh trạng thái tự nhiên tại thời điểm hiện tại, người thực hiện hành động không tồn tại, nên tự động từ được sử dụng.
Trong câu ví dụ dùng tha động từ, cả hai câu người thực hiện hành động là Basho. Không cần phải nói cũng biết được nên chủ ngữ được lược bỏ. Nếu như không quan tâm đến thi sĩ Basho, chỉ nêu kết quả của hành động thì tự động từ được sử dụng và câu văn sẽ được viết lại như sau.

・音を詠むということが始まりました。
・5か月 2,400km の旅が終わりました。

漢字 ✤ K A N J I ✤

旅

travel
旅游
(LỮ) du lịch

音 リョ
訓 たび

終

end
末尾
(CHUNG) kết thúc

＊終わり
　お

音 シュウ
訓 お-わり
　お-わる、お-える

俳　句

はいく

performer
表演者
(BÀI) người biểu diễn

音 ハイ

phrase
句子
(CÚ) câu

音 ク

忍　者

にんじゃ

bear
忍耐
(NHẪN) chịu đựng

音 ニン
訓 しの-ぶ

person
者
(GIẢ) người

音 シャ、ジャ
訓 もの

Chapter 4

ゆう

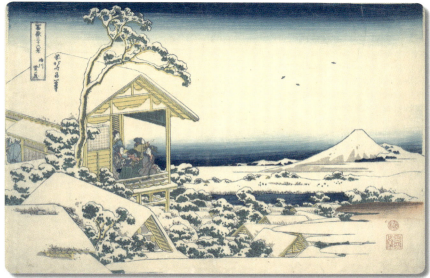

礫川雪ノ旦『富嶽三十六景』より
こいしかわゆき の あした　ふ がくさんじゅうろっけい

♣　　Lesson 1　マンガから未来が見える
　　　　　　　　　　　　　　みらい　み

♣♣　　Lesson 2　無限に遊ぶ
　　　　　　　　　　むげん　あそ

♣♣♣　　Lesson 3　お化けはこわい？
　　　　　　　　　　ば

遊 play
ゆう 玩儿
(DU) chơi

Chapter 4・遊

Lesson 1

マンガから未来が見える
みらい み

©手塚プロダクション

機動戦士ガンダム
©創通・サンライズ

ケン
日本語は『ドラゴンボール』で
おぼえたよ。何かいも読んだからね。

トム
ぼくも日本のアニメが大好きで、
日本語の勉強を始めたんだ。
ずっとガンダムファンだよ。

ナミ
お父さんのマンガ借りて読んだけど、
おもしろかった！
男の子のロボットがかわいいの。

Lesson1 マンガから未来が見える

難しさ

　通勤電車の中、スーツを着たビジネスマンが、マンガを読んでいます。日本のマンガはジャンルもさまざまで、大人が読んでもおもしろいのです。人気のあるマンガはアニメになることが多いです。日本で初めて30分の連続テレビアニメになったマンガは『鉄腕アトム』※です。アトムは男の子のロボットで、人と同じ心を持っています。頭がよくて、空を飛んだり、重いものを持ったりできます。やさしくて人を助けてくれるロボットです。日本人がロボットを作りたいと思ったり、人の形をしたロボットに親近感を持ったりするのは、アトムのおかげかもしれません。

©手塚プロダクション

　しょうらいは、アトムのようなロボットがかつやくする世界になるでしょう。私たちの体が機械になる時代がくるかもしれません。病気やけがをしたとき、悪くなった部分を機械にするのです。体全部が機

WORDS

- □ 未来：future / 未来 / tương lai
- □ 通勤：commute / 通勤 / đi làm
- □ ビジネスマン：businessman / 公司职员 / doanh nhân, người đi làm
- □ ジャンル：genre / 类型 / thể loại
- □ さまざまな：various / 各种 / đa dạng
- □ 人気：popularity / 评价，声望 / được ưa thích
- □ アニメ：anime / 动画 / phim hoạt hình
- □ 初めて：for the first time / 首次 / đầu tiên
- □ 連続：serial / 连续 / liên tục
- □ ロボット：robot / 机器人 / rô-bốt
- □ 助ける：to help / 帮助，协助 / giúp đỡ
- □ 形：form / 样子，样貌 / hình dáng
- □ 親近感：familiarity / 亲近感 / có tình cảm, thân thiện
- □ おかげ：thanks to / 多亏 / nhờ vào ...
- □ かつやくする：to be active / 活跃，大显身手 / phát huy (năng lực, sở trường)
- □ けが：injury / 受伤 / bị thương
- □ 部分：part / 部分 / bộ phận

※『鉄腕アトム』：by Osamu Tezuka in 1925. English title is *Astro Boy*.
《铁臂阿童木(原子小金刚)》：原著　手冢治虫。1925年发表。英文译名《ASTRO BOY》
"Siêu nhí Atom": nguyên tác TEZUKA OSAMU. Phát hành năm 1925. Tên tiếng Anh "ASTRO BOY"

械になったら、私たちの体はロボットになるかもしれません。ロボットになったら、病気にもならないし、けがもしません。こわれても直したり、取りかえたりできます。『サイボーグ009』※の世界のようですね。サイボーグたちは、心は人ですが、体はロボットです。人でもないし、ロボットでもないので、悩んでいます。

©石森プロ

AI（人工知能）の時代になったら、どんなロボットが現れるのでしょうか。みなさんは、恋人がAIロボットだと分かったらどうしますか。それでも愛せますか。

未来には、人のようなAIロボットや、体がロボットの人などがいるかもしれません。今はまだ見られない世界ですが、マンガの世界では現実です。マンガを読みながら、未来を考えるとわくわくしませんか。

- 取りかえる：to replace / 更换 / thay thế
- 〜のよう：like 〜 / 像〜一样 / giống như, dường như
- 悩む：to be unsure / 苦恼 / ưu tư, phiền muộn
- AI（人工知能）：artificial intelligence / AI（人工智能）/ trí tuệ nhân tạo, AI
- 現れる：to appear / 出现 / xuất hiện
- 恋人：lover / 恋人 / người yêu
- 愛する：to love / 爱 / yêu, thương
- 現実：reality / 现实 / hiện thực
- わくわくする：to be excited / 心情激动，兴奋 / háo hức

※『サイボーグ009』：*Cyborg 009*, by Shotaro Ishinomori, started running in 1964.
《人造人009》：原著　石森章太郎。1964年开始连载。
"Cyborg 009": nguyên tác ISHINOMORI SHOTARO, năm 1964 bắt đầu phát hành truyện dài tập.

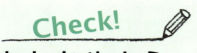

たしかめよう

Ⅰ (　)の中に、○か×かを書きなさい。

1. (　) 『鉄腕アトム』は日本で初めてテレビアニメになりました。
2. (　) アトムは重いものを持ったりできますが、人を助けません。
3. (　) 体がロボットだったら、病気になりません。
4. (　) 『サイボーグ009』のサイボーグたちはロボットですから、心はありません。
5. (　) しょうらい、AIの時代になっても、ロボットはマンガの世界だけで、現実にはなりません。

Ⅱ 質問に答えなさい。3.は自分の答えを書きなさい。

1. アトムはどんなロボットですか。

_____

2. 『サイボーグ009』のサイボーグたちはどうして悩んでいますか。

_____

3. 未来にはどんなAIロボットがいると思いますか。

_____

_____

グラマーノート　Grammar Note

1. **{N だっ／な A だっ／い A-かっ／V（普通形(ふつうけい)）} たら**

   - ロボットになっ<u>たら</u>、病気にもならないし、けがもしません。(p.77, l.15)
   - みなさんは、恋人(こいびと)が AI ロボットだと分かっ<u>たら</u>どうしますか。(p.77, l.22)

   A phrase preceding "～たら…" represents the cause part of a cause and effect. Instead of "たら," "と" "ば" "なら" may also be used. While "と" is often used for generalities, "たら" is likely to be used for individual and specific phenomenon.

   The first example
   A specific event X（ロボットになる）takes place and results in Y（病気になったり、けがをしたりしない）, which has yet to take place.

   The second example
   In the "X たら、Y か." structure, the speaker asks "if a certain condition X happens, what action Y will the listener take?" For this kind of questions, "たら" is usually used, instead of "ば."

   "～たら…"表示假定的条件。表示条件或契机时,除了"たら"之外,还能用"と"、"ば"、"なら"。"と"表示一般的心理和法则,"たら"则多为表示个别的事情。第一个例子表示"成为机器人"这个特定的"X"的事态实现后,"不会生病或受伤"这个还没实现的"Y"就成立。第二个例句为"X たら、Y か"的形式,用 Y 来询问听话者,在 X 的情况下会采取什么样的行动。这种询问基本上都用"たら",不能用"ば"。

   "…tara" thể hiện điều kiện giả định. Diễn tả điều kiện và thời cơ. Khi biểu hiện ý nghĩa điều kiện hoặc thời cơ thì ngoài "tara" còn có những cách nói khác như "to", "ba", "nara". "Tara" được dùng nhiều nhằm thể hiện vấn đề cá biệt hơn là cách sử dụng của "to", diễn đạt ý nghĩa quy luật hoặc vấn đề tâm lý thường gặp.
   Trong ví dụ 1, thể hiện mối quan hệ giữ "X" và "Y", "X" là điều kiện cụ thể "nếu trở thành rô-bốt" được thực hiện, thì kéo theo sự việc vẫn chưa được thực hiện như "không bệnh, không bị thương" sẽ được hình thành.
   Trong ví dụ 2, hình thức "X tara, Y ka", đây là câu hỏi "Y" với người nghe sẽ có phản ứng thế nào nếu được đặt trong điều kiện "X". Cách hỏi này thì cấu trúc "tara" thường được sử dụng, "ba" thì không sử dụng.

   （×）ロボットだと分かれば、どうしますか。

2. **{い A-く／V-} ても／{N／な A} でも**

   - 日本のマンガはジャンルもさまざまで、大人(おとな)が読ん<u>でも</u>おもしろいのです。(p.76, l.3)
   - こわれ<u>ても</u>直(なお)したり、取(と)りかえたりできます。(p77, l.16)

   -て form of conjugated words is followed by "も." "でも" would be used instead with a noun and a -な adjective. Event Y would not normally follow an event X, but, in fact, Y does happen. These two examples deny the regular relationship like "*manga* is for children" and "Human body has problem, if it is broken."

   活用形的テ形接"も"的形式。名词、な形容词时变成"でも",表示逆接的条件。表示"X"发生时一般不会预想成"Y",但实际上却是"Y"的关系。换句话说,否定了"漫画是孩童的读物"、"坏了会出问题"这种一般的关系。

   Thể "-te" của động từ kết hợp với từ「も」. Trường hợp danh từ và tính từ -na thì kết hợp với từ「でも」. Thể hiện điều kiện trái ngược với lẽ bình thường. Ví dụ trường hợp "X" xảy ra thì chúng ta nghĩ "Y" sẽ không xảy ra, nhưng thực tế là "Y" có mối liên quan. Hay nói cách khác, phủ định mối quan hệ bình thường như là "manga là truyện dành cho trẻ em" hay "nếu như bị hư là vấn đề".

漢字 ✤ K A N J I ✤

遊

play
玩儿
(DU) chơi

音 ユウ
訓 あそ-ぶ

鉄

iron
鉄
(THIẾT) sắt
＊鉄腕アトム
　てつわん

音 テツ

機 械
きかい

machine, loom, opportunity
机器，织布机，机会
(CƠ) máy móc, khung cửi, cơ hội

音 キ
訓 はた

machine, instrument
机器，仪器
(GIỚI) máy móc, dụng cụ

音 カイ

能

ability
能力
(NĂNG) khả năng
＊人工知能
　じんこうちのう

音 ノウ

未

not yet
尚未
(VỊ) chưa
＊未来
　みらい

音 ミ
訓 ま-だ、いま-だ

Chapter 4・遊

Lesson 2

無限に遊ぶ
むげん　あそ

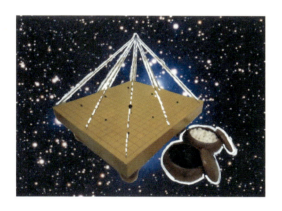

オリバー
日本ではチェスはあまり人気がないそうだけど、
どうしてだろう？

トム
いご？日本のれきしのテレビドラマで、
さむらいがしている、あのゲーム？

ロラン
しょうぎは、おもしろそう。でも、
漢字がわからなかったら、むりかな。

将男
まさお
だいじょうぶだよ。名人の坂田三吉は、
めいじん　さかた さんきち
字の読み書きができなかったらしいよ。
じ　よ　か

Lesson2 無限に遊ぶ

難しさ ♣♣

囲碁は、碁盤の19×19の線の上に、二人が順番に、黒い石、白い石を置いて、「地」が多いほうが勝つゲームです。もし、相手の石に囲まれたら、自分の石は取られてしまいます。ルールは簡単ですが、その「手」は数え切れません。

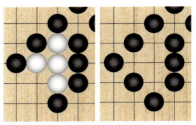

囲碁は、四千年前の中国で、占星術から生まれたという説がありますが、碁盤には「星」という点が9つあります。まん中の星が天の中心で、そこから8つの星が広がっています。宇宙をイメージしてみてください。無限の中で遊ぶ気持ちになるでしょう。

囲碁は、日本では昔、貴族や武士の遊びでしたが、今では、子どもからお年寄りまで、男の人にも女の人にも、だれにでも親しまれています。

写真提供：よみうりカルチャー荻窪

WORDS

- 無限：infinity / 无限 / vô hạn
- 囲碁：igo / 围棋 / cờ vây
- 碁盤：go board / 棋盘 / bàn cờ
- 順番に：in order / 轮番，顺次 / trình tự, thứ tự
- 地：territory / 地域 / đất
- 相手：opponent / 对手 / đối thủ
- 囲まれる：to be surrounded / 被包围 / bị bao vây
- 取られる：to lose / 棋子被吃掉 / bị bắt
- ルール：rule / 规则 / quy luật
- 手：play / 招式 / tay
- 数え切れない：countless / 不计其数 / đếm không hết
- 占星術：horoscope / 占星术 / nhà chiêm tinh
- 説：theory / 说法 / thuyết
- 天：the heavens / 天 / trời, thiên nguyên
- 宇宙：the universe / 宇宙 / vũ trụ
- イメージする：to image / 想象 / tưởng tượng, hình dung
- 貴族：nobility / 贵族 / quý tộc
- 武士：samurai / 武士 / võ sĩ
- 親しまれる：to be familiar / 为～所喜爱 / thân thuộc

Key Kanji 無 石 勝 駒 礼 負 ➡p.88

15　将棋も人気があるゲームで、古代インドで生まれ、日本に伝わったと言われています。将棋で使う駒には、漢字が書かれています。駒によって進め方や強さがちがい、二人のどちらか、先に相手の「王将」を取ったほうが勝ちます。

　　囲碁も将棋も、プロ棋士は対局中、相手に話しかけないのがマナーです
20　が、石や駒の置き方で、言葉のない会話を続けます。(駒を進めますよ)、(それは困ります。止めますよ)。(あなたの地に入りますよ)、(そこには入れませんよ)。(私の石を一つあげましょう、でも、次はあなたの石をもらいます)。みんな礼儀正しく、真剣に戦います。それ以上がんばってみても負けるとわかったら、「負けました」とあいさつするのが、美しい終わり方です。

25　以前、77歳の有名な加藤一二三棋士が、14歳の新しいプロ、藤井聡太棋士に負けてしまい、ニュースになりました。77歳の棋士も14歳から63年間対局を続けてきましたが、「勝負の世界では、14歳も77歳も対等です」と相手をたたえました。

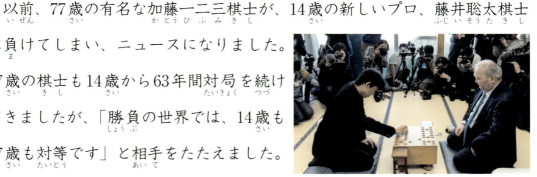

加藤一二三 vs. 藤井聡太
写真提供：日本将棋連盟

- 将棋：Shogi / 象棋 / cờ Tướng
- 古代インド：Ancient India / 古代印度 / Ấn Độ cổ đại
- 伝わる：to be spread / 流传 / truyền lại
- 言われる：to be said / 据说 / được tương truyền
- 駒：piece / 棋子 / quân cờ
- 書かれる：to be written /（被)书写 / được viết
- 〜によって：by 〜 / 根据〜 / theo
- 進め方：how to advance / 走法 / cách đi
- 強さ：strength / 强度 / sức mạnh
- 王将：king / 王将 / tướng (quân cờ)

- プロ棋士：professional shogi/igo player / 职业棋手 / kì thủ (người chơi cờ chuyên nghiệp)
- 対局中：during a game / 对战 / trong khi thi đấu
- 礼儀正しく：politely / 彬彬有礼 / lịch sự
- 真剣に：seriously / 认真地 / nghiêm túc
- 戦う：to battle / 战斗 / chiến đấu
- 勝負：victory or defeat / 胜负 / thắng bại
- 対等：equal / 对等，平等 / ngang hàng
- たたえる：to praise / 称赞 / tán dương, khen ngợi

Check! たしかめよう

I （ ）の中に、○か×かを書きなさい。

1. （　）囲碁も将棋も外国で生まれ、日本に伝わりました。
2. （　）囲碁では「地」が多いほうが、将棋では相手の「王将」を先に取ったほうが、勝ちます。
3. （　）囲碁のルールはむずかしくて、「手」は無限にあります。
4. （　）囲碁も将棋も、プロ棋士はいろいろ話しながら対局をします。
5. （　）囲碁、将棋では、負けるとわかっても、最後までがんばって続けなければなりません。

II 質問に答えなさい。3. は自分の答えを書きなさい。

1. 囲碁の石と将棋の駒は、どうちがいますか。

   _____

2. 囲碁と将棋は「コミュニケーションのゲーム」だと言われます。それは、どうしてですか。

   _____

3. お国に、囲碁や将棋のようなゲームがありますか。そのゲームはどのように勝負が決まりますか。

   _____

   _____

もっと読んでみよう！①

Chapter 4・遊 Lesson2 無限に遊ぶ

「だめ」は碁盤の上に

日常の日本語には、囲碁用語がとけ込んでいて、日本人の多くは、それとは気づかないで使っています。

碁盤の上では、石で囲んだ「地」を「一目、二目…」と数えるので、「目」という漢字を使った言葉がいろいろ生まれました。例えば、「駄目」は「石を置いてもむだな所」という意味で、みなさんが知っている「だめ」は、囲碁から来ています。「一目置く」は、相手の実力を認めて、敬意をはらうことを表します。これも、囲碁で弱いほうが先に石を一つ置いてハンディをつけることから始まった言葉です。また、よいか悪いか、正しいか正しくないか、はっきりさせるとき、「白黒つける」と言います。これも碁石の白と黒から来た表現です。

WORDS

- ☐ 日常：daily, everyday / 日常 / thường ngày
- ☐ 囲碁用語：igo terms / 围棋用语 / thuật ngữ cờ vây
- ☐ とけ込む：to blend in / 融入，融合 / thấm vào
- ☐ 気づく：to notice / 意识 / để ý
- ☐ ～目：-th territory / 第～子 / ~ mục
- ☐ 数える：to count / 数 / đếm
- ☐ 駄目：no good / 白费，徒劳 / vô ích
- ☐ むだな：fruitless / 浪费 / lãng phí
- ☐ 実力：capability / 实力 / thực lực
- ☐ 敬意をはらう：to pay respect / 致敬 / bày tỏ lòng kính trọng
- ☐ 表す：to represent / 表示 / thể hiện
- ☐ ハンディをつける：to handicap / 让步 / chấp (trong thi đấu để hai bên cân sức)
- ☐ はっきりさせる：to determine / 弄清楚 / làm cho rõ ràng
- ☐ 表現：expression / 表现 / biểu hiện, cách nói

もっと読んでみよう！ 2

人工知能の時代も人間らしく

2016年に囲碁、2017年には将棋で、コンピュータがプロ棋士に勝ち、世界をおどろかせました。人工知能に、人間の数え切れないほどの対局を記録させた結果です。人が長い時間かけて学ぶ無限の「局面」や「手」を、人工知能はあっという間に学習します。そして、今では、コンピュータが生み出した新しい「手」を、反対に人間の棋士が学ぶということもあるそうです。

人間には、人工知能とちがって、感情があります。「平常心」を失うと、ふつうはまちがえない局面でまちがえてしまうこともあります。しかし、人間がまちがえた「手」には、コンピュータも対応できなかったというエピソードもあって、興味深いです。また、積極的な棋士、静かにチャンスを待つ棋士など、相手の性格まで見ながら対局することは、今はまだ、人にしかわからない面白さです。対局中はさまざまな心配ごとを忘れ、「無になる」というのも人にしかないことです。

佐藤天彦 vs. ロボットの対戦
写真提供：日本将棋連盟

WORDS

- 人工知能：artificial intelligence / 人工智能 / trí tuệ nhân tạo
- 人間らしく：humanly / 像人类 / giống con người
- おどろかせる：to surprise / 使惊讶 / làm cho bất ngờ
- 数え切れないほどの：countless / 数不清 / không đếm xuể
- 記録させる：to make record / 使～记录 / ghi chép lại
- 結果：result / 结果 / kết quả
- 局面：situation / 棋局 / đối mặt
- あっという間に：in an instant, in a flash / 转瞬间 / trong chốc lát
- 学習する：to learn / 学习 / học tập
- 生み出す：to bear / 产生，创造 / sản sinh ra
- 感情：emotions / 感情 / biểu cảm
- 平常心：sense of calm / 平常心 / bình tâm
- 対応できない：unable to deal with / 无法应对 / bình tĩnh
- エピソード：anecdote / 趣事 / giai thoại
- 興味深い：interesting / 有趣 / có ý nghĩa sâu sắc
- 積極的な：aggressive / 积极地 / một cách tích cực
- チャンス：opportunity / 机会 / cơ hội
- 性格：personality / 性格 / tính cách
- 心配ごと：worries / 操心事 / điều lo lắng
- 無になる：to reach the mental state of nothingness / 专注当下 / vô lo, hư không

グラマーノート Grammar Note

1. V-てしまいます

・もし、相手の石に囲まれたら、自分の石は取られてしまいます。(p.82, l.3)

・77歳の有名な棋士が、14歳の新しいプロ棋士に負けてしまいました。(p.83, l.25 simp.)

Represents a deep remorse or a feeling of regret at something happened against one's will. It also indicates "completion" as in "この本はもう読んでしまいました."

表示遗憾或悔恨等心中的感触。另外也有表示"完了"的用法，如"この本はもう読んでしまいました"。

Diễn tả tâm trạng tiếc nuối, tức tối, khó chịu... Ngoài ra còn thể hiện ý nghĩa đã hoàn thành xong một việc gì như cách nói「この本はもう読んでしまいました」(Đã đọc xong quyển sách này).

2. V-てみます

・宇宙をイメージしてみてください。(p.82, l.11)

・それ以上がんばってみても負けるとわかったら、「負けました」とあいさつします。
(p.83, l.23 simp.)

Represents an attempt to perform an action as a trial.

表示试着做点什么。

Diễn tả ý nghĩa thử làm gì.

漢字 ✤ KANJI ✤

石

stone
石头
(THẠCH) hòn đá

音 セキ
訓 いし

駒

house, piece used in, various board games
驹，用于各种棋盘游戏里的棋子
(CÂU) con ngựa, quân cờ, khung (ô trống)

訓 こま

勝 負
しょうぶ

win, excel
赢，胜过
(THĂNG, THẮNG) thắng, trội hơn

音 ショウ
訓 か-つ

bear, lose
蛮横的人，败北
(PHỤ) chịu đựng, thua

音 フ、ブ
訓 ま-ける

礼

etiquette, rite, bow, appreciation
礼节，惯例，
（使）鞠躬，感谢
(LỄ) nghi lễ, nghi thức, cúi đầu, trân trọng
＊礼儀
れい ぎ

音 レイ

無

nothing, without
无，缺少
(VÔ) không, không có
＊無限
む げん

音 ム
訓 な-い

Chapter 4・遊

Lesson 3

お化けはこわい？

『新版化物念代記』1819年／作：藍亭晋米　画：歌川国丸
所蔵：国立国会図書館

まじょ
イギリスじゃ、ゆうれいが出る古い家は高く売れますのよ。

キョンシー
かおにはった紙、とっちゃだめだよ。

トイレの花子
学校のトイレは、3ばん目がおすすめよ。
私の手が出て……。

口さけ女
私、きれい？

とうふこぞう
とうふ、どうぞ。
食べると、ひっひっひい。

Lesson3 お化けはこわい？

　古来、人びとは山や川などの自然や動植物に不思議な力を感じ、その力を敬い、こわいものとして恐れてきました。自然は人びとに豊かさをもたらしてくれると同時に、命をも奪う恐ろしい存在でもありました。「幽霊」「妖怪」「お化け」は、人びとの不安や恐れ、あるいは願いと強く結びつき、人びとの心から生まれ、言い伝えられてきました。日本の「幽霊」「妖怪」「お化け」を知ることは、日本人の心や当時のくらしを知ることにつながるでしょう。

　ところで、「幽霊」「妖怪」「お化け」は同じものなのでしょうか。すべてがこわいのでしょうか。「幽霊」は、世界中で共通する部分が多いようです。だいたい死後の人間の霊が現れたものです。生きていた時の姿で現れ、肉体がなくなった後も「生き続けたい」という願いから生まれています。「幽霊」と同じような意味の言葉は、世界中にあります。例えば、英語の場合は「ゴースト(gost)」が「幽霊」に当たります。日本の「幽霊」の場合は、この世に未練や恨みがあるため、因縁のある人の前に現れるので、こわい存在と言えるでしょう。一方、現在「妖怪」と言われているものは、江戸時代(1603-1868)には「化け物」とか、「お化け」と言われていましたが、「妖怪」と同じような意味の言葉を他の国の言葉で探すのは、難しいようです。

WORDS

- 古来 : in the old days / 自古以来 / thời cổ đại
- 動植物 : plants and animals / 动植物 / động thực vật
- 敬う : to respect / 敬重，敬畏 / tôn kính
- 恐れてきた : to have been afraid / 始终感到畏惧 / sợ
- 豊かさ : bounty / 丰富，充裕 / sự phong phú
- もたらす : to bring / 带来，招致，导致，造成 / đem lại
- 奪う : to take away / 夺 / lấy đi
- 恐れ : fear / 恐怖，恐惧 / nỗi sợ
- 結びつく : to be tied / 有密切关系 / kết nối
- 言い伝えられてきた : to have been handed down / 从古至今一直传说 / được truyền lại
- 死後 : after death / 死后 / sau khi chết
- 霊 : spirit / 灵魂 / linh hồn
- 肉体 : body / 肉体 / thân thể
- この世 : this world / 人间 / thế giới này
- 未練 : regret / 依恋，留恋 / luyến tiếc
- 恨み : grudge / 仇恨 / hận thù
- 因縁 : linked by fate / 注定的命运，因缘 / nhân duyên, nguyên nhân

日本民俗学の父、柳田國男(1875-1962)は、人びとが心の中に描いている「お化け」を「妖怪」としました。そして、「妖怪」、つまり「お化け」と「幽霊」の違いを、現れる場所、相手、時間の3点から分類しています。それによると、「1.妖怪は出る場所が決まっているので、その場所に行かなければ、出会わない。しかし、幽霊は向こうからどこへでもやって来る」「2.妖怪は相手を選ばないが、幽霊は相手を選ぶ」「3.妖怪は主に夕暮れに現れるが、幽霊は丑三つ時、つまり午前2時ごろに現れる」としています。

お化けは、私たちが暗闇などにおびえたり、不安に感じたりしたときに、心の中に描いたイメージで、人以外の動物やものが変化したものです。人びとのイメージから生まれたものなので、実にさまざまな姿をしています。かっぱや鬼、天狗、座敷童子など、川にも山にも、家の中にも住んでいます。大変にこわいものもいますが、人をおどろかす、いたずらていどの他愛のないものがほとんどです。

かっぱ

鬼

もし、お化けに出会ってしまっても、大丈夫です。お化けを退ける方法も各地に伝わっているのです。89ページの絵のように「狐の窓」を作って、その窓からのぞいてください。お化けの正体を見抜くことができます。狐や狸が化けていても、正体がばれてしまうと、人を化かす力を失ってしまいます。実は、ほとんどのお化けはこわくないのです。

天狗　座敷童子

- 民俗学：folklore / 民俗学 / Dân tộc học
- 分類する：to categorize / 分类 / phân loại
- 夕暮れ：twilight / 傍晚 / hoàng hôn
- 暗闇：darkness / 漆黑处 / đêm tối
- おびえる：to be scared / 害怕, 胆怯 / sợ hãi
- イメージ：image, imagine / 形象, 影像 / hình dung, tưởng tượng
- 変化する：to change / 变化 / biến hóa
- おどろかす：to surprise, to scare / 使吃惊, 使震惊 / hù dọa
- いたずら：prank / 恶作剧 / nghịch, quậy phá
- 他愛のない：harmless / 微不足道, 无聊的 / ấu trĩ, vô hại
- 退ける：to chase away / 使远离, 使离开 / trừ (ma), từ bỏ
- 各地：different places / 各地 / các vùng
- 伝わる：to legend / 传播 / truyền đến
- のぞく：to look through / 窥视 / xem
- 正体：one's true nature / 真面目, 原形 / nguyên hình
- 見抜く：to see through disguise / 看破, 看穿 / nhận ra, nhìn ra
- 狐：fox / 狐 / cáo tinh
- 狸：raccoon / 狸 / con lửng
- 化ける：to transform / 乔装, 幻化 / hóa thành
- ばれる：to be revealed / 原形毕露, 暴露 / lộ ra
- 化かす：to fool / 欺骗, 迷惑 / hoá thành

Check!
たしかめよう

I （　）の中に、○か×かを書きなさい。

1. （　） 幽霊は動物が化けたものです。
2. （　） ほとんどのお化けはこわくないです。
3. （　） 幽霊も妖怪も夜中に現れます。
4. （　） 妖怪はだれの前にも現れます。
5. （　） 幽霊はこわくないです。

II 質問に答えなさい。3.は自分の答えを書きなさい。

1. お化けは、人びとのどのようなイメージから生まれましたか。

___

2. どのようにすれば、お化けの正体を見抜くことができますか。

___

3. お国のお化けについて、絵に描いて、教えてください。それはこわいですか。

もっと読んでみよう！①

こわいもの見たさ

「お岩さん」は幽霊界のスーパースターのひとりです。柳の下で「うらめしや～」と言って現れる足のない女性の幽霊はおなじみです。お岩さんは、江戸が舞台の『東海道四谷怪談』が歌舞伎や人形浄瑠璃で演じられたり、絵に描かれたりして、広く定着していきました。

お岩さんは、顔がくずれ、恐ろしい姿をしています。夫が他の女の人を好きになり、邪魔になった妻のお岩さんを殺そうと毒を飲ませたのです。このような顔になったお岩さんは、夫を恨みながら、死んでしまいました。お岩さんは恨みをはらすため、幽霊となって現れます。夫や夫の周りの人には次々と不幸が訪れます。人びとはそれを「お岩のたたり」と言って恐れました。

戦争がない平和な時代が200年余りも続いた江戸時代の人びとは、幽霊を恐れながらも、楽しみました。江戸の終わりにできた「お化け屋敷」は、今も夏の楽しみの一つです。日本全国の主な遊園地では、「お化け屋敷」があり、こわいもの見たさに、にぎわっています。

『百物語 お岩さん』
葛飾北斎
所蔵：東京国立博物館

『幽霊図』
伝 円山応挙
所蔵：カリフォルニア大学バークレー美術館

Chapter 4・遊 Lesson 3 お化けはこわい？

WORDS

- こわいもの見たさ：wanting a good scare / 好奇害死猫 / Thích xem những thứ đáng sợ
- 幽霊界：world of ghosts / 幽灵界 / thế giới ma quái
- スーパースター：superstar / 超级巨星 / superstar, siêu sao
- 柳：willow / 柳树 / cây liễu
- うらめしや："I have a grudge" / 我恨你 / Thiếp hận chàng
- おなじみ：familiar / 熟悉 / quen thuộc
- 歌舞伎：Kabuki / 歌舞伎 / Kabuki
- 人形浄瑠璃：Japanese puppet theatre in which recited narrative and dialog is accompnied / 配合口白操偶的傀儡戏 / Nghệ thuật múa rối Nhật Bản, điều khiển rối theo lời thoại
- 演じられる：to be performed /（被）演出，表演 / được diễn
- 描かれる：to be depicted /（被）画 / được vẽ
- 定着する：to widely known / 固定 / phổ biến rộng rãi
- くずれる：to deform / 走样，失去原形 / bị lở, bị lệch
- 毒：poison / 毒药 / thuốc độc
- 恨む：to have a grudge / 恨 / hận thù
- 恨みをはらす：to revenge / 雪恨 / báo thù
- 訪れる：to visit / 到来 / đến thăm
- たたり：curse / 惩罚 / trừng phạt
- お化け屋敷：haunted mansion / 鬼屋 / nhà ma
- 遊園地：amusement park / 游乐园 / khu vui chơi
- にぎわう：to be crowded / 兴盛，繁盛 / vui nhộn

もっと読んでみよう！❷

妖怪を愛した外国人　～小泉八雲～

「日本で有名な妖怪は」と問われれば、「雪女」と答える人が多いだろう。日本では、雪男より雪女のほうが有名だ。冷たい息を吹きかけて、凍死させるという雪女の話は、古くから日本全国の雪が降る地域に伝わっている。しかしなんと言っても雪女を有名にしたのは、小泉八雲(1850-1904)が出版した『Kwaidan(怪談)』(1904)である。

提供：小泉八雲記念館

> ある雪の夜、山小屋で雪女に遭遇した若者がいました。黙っていることを条件に命を助けてもらいました。数年が経ち、若者は美しい女と結婚し、子どもが生まれます。ところが、ある夜、雪女に会ったことを妻に話してしまいます。すると、妻は雪女の正体を現し、「誰かに話したら、殺すと言ったが、子どもがかわいそうだ」と言い残し、姿を消してしまいました。

八雲の「雪女」は妖怪の恐怖だけではなく、母性にも注目している点で秀逸だ。小泉八雲はラフカディオ・ハーン(Lafcadio Hearn)として、アイルランド人の父とギリシャ人の母のもとに生まれる。1890年に来日。小泉セツと結婚し、後に帰化した。『Kwaidan』は妻から聞き取った日本各地の幽霊や妖怪の話に、外国人の視点を加えて情緒豊かな文学にしたものである。『怪談』には「雪女」をはじめ「耳無芳一の話」「ろくろ首」「むじな」などが収録され、現在の妖怪話の原点となっている。

ろくろ首

耳無芳一

むじな

WORDS

- 問われる：to be asked /（被）询问 / được hỏi
- 吹きかける：to blow / 吹气 / thổi
- 凍死させる：to freeze to death / 使冻死 / làm chết đông
- 出版する：to publish / 出版 / xuất bản
- 山小屋：hut / 山中小屋 / ngôi nhà trên núi
- 遭遇する：to encounter / 遭遇 / gặp phải
- 若者：young man / 年轻人 / người trẻ tuổi
- 条件：condition / 条件 / điều kiện
- 言い残す：to say and leave /（话）没说完 / trăn chối
- 母性：maternal instinct / 母性 / tình mẫu tử
- 秀逸：superior / 出众 / nổi bật, nổi tiếng
- アイルランド人：Irish / 爱尔兰人 / người Ireland
- ギリシャ人：Greek / 希腊人 / người Hy Lạp
- 帰化する：to naturalize / 归化 / đổi quốc tịch
- 視点：viewpoint / 观点，视点 / cách nhìn
- 情緒豊かな：emotionally rich / 浓浓的情调 / giàu tình cảm, cảm xúc
- 収録する：to collect / 收录 / ghi lại, thu lại
- 妖怪話：tales of monsters / 妖怪故事 / chuyện ma quái
- 原点：origin / 原点 / điểm khởi đầu

グラマーノート Grammar Note

1. 使役：V-（さ）せます　Causative / 使役 / Thể cầu khiến

- （夫が妻に）毒を飲ませました。（p.93, l.9 simp.）
- 母親は子どもに野菜を食べさせました。

Causatives express someone's action by following other's order, instruction, or expectation. The examples above show the enforcement of someone's order. Group 1 verbs end with -ない stem and add "せる"（e.g. 飲む→飲ませる）. Group 2 verbs are conjugated with the stem of verb followed by "させる"（e.g. 食べる→食べさせる）. Group 3 verbs are する→させる and 来る→来させる. Conversational forms "食べさす," "飲ます," and "行かす" etc. are sometimes used.

一般来说，一个人服从另一个人的命令、指示或想法等进行某种行动称为"使役"。上述例句中都带有强制的意味。1类动词的末尾变成ア段音，再加上"せる"，如第一个的例句里的"飲む→飲ませる"。2类动词例句里的"食べる→食べさせる"，是语干"食べ"加上"させる"。"する"变成"させる"、"来る"变成"来させる"。口语也用"食べさす"、"飲ます"、"行かす"等的形式。

Biểu thị ý nghĩa sai khiến hành động của một người nào đó, bắt người đó làm theo mệnh lệnh, chỉ thị hoặc suy nghĩ của một ai đó. Tất cả các ví dụ ở trên đều có ý nghĩa ép buộc ai làm gì. Trường hợp nhóm 1 của động từ, phần đuôi động từ sẽ biến thành âm của cột "a" sau đó kết hợp với "seru" giống như ví dụ ban đầu "nomu → nomaseru " (uống→ bắt uống). Trường hợp nhóm 2 của động từ, gốc của động từ sẽ giữ nguyên và kết hợp với cụm "saseru" giống như ví dụ thứ hai "taberu → tabesaseru" (ăn → bắt ăn, cho ăn). Động từ "suru" thì chuyển thành "saseru"(bắt làm), còn "kuru" (đến) thì chuyển thành "kosaseru" (bắt đến). Trong văn nói những hình thức nói tắt cũng được sử dụng như "tabesasu" (bắt ăn), "nomasu" (bắt uống), "ikasu" (bắt đi).

2. 複合動詞：V₁ ＋ V₂　Compound verbs / 复合动词 / Động từ ghép

- 結びつきます（p.90, l.5 simp.）
- 生き続けます（p.90, l.11 simp.）
- 見抜きます（p.91, l.33 simp.）

Compound verbs take the stem of verb's -ます form of V₁ (-ます form of the verb with "ます" removed), followed by V₂. In the above example, V₁ is the main verb. The main verb "結ぶ" is followed by the supplemental verb "つきます" to mean "to become established." "生きる" followed by "続けます," means to continue on without interruption. The main verb "見る" means to see, as well as think and judge. Compounded with "抜きます," and the word means to see through.

复合动词是指V₁动词的连用形（动词的マス形去掉"マス"）加上V₂。上面的例句里, V₁是主要动词。主要动词"結ぶ"加上补助动词"つきます"后，多了"固定"的意思。"生きる"加上"続けます"多了"不间断地持续"之意。主要动词"見る"表示通过视觉看东西，同时也表示"认为、判断"之意，后接补助动词的"抜きます"之后，多了"彻底地"的意思。

Động từ ghép là hình thức động từ V₁ ở thể lịch sự (sau khi đã bỏ "masu" của động từ) kết hợp với động từ V₂. Ví dụ trên, V₁ là động từ chính. Khi động từ phụ "tsukimasu" (dính vào), được ghép với động từ chính "musubu (kết hợp lại)" thì sẽ tạo ra từ mới có ý nghĩa "gắn kết". Khi kết hợp "tsudukemasu" (tiếp tục) được ghép với động từ chính "ikiru" (sống) thì tạo ra từ mới có ý nghĩa "không hề gián đoạn mà vẫn tiếp tục". Động từ chính "miru" không chỉ có ý nghĩa nhìn cái gì đó bằng mắt mà còn có ý nghĩa "omou" (suy nghĩ) hay "handansuru" (phán đoán), sau khi gắn động từ phụ "nukimasu" (rút ra) vào động từ này có ý nghĩa là "nhìn xuyên thấu, nhìn rõ".

漢字 ✤ KANJI ✤

恐

fear
恐惧
(KHỦNG) sợ, khủng khiếp

＊恐れる
　おそ

音 キョウ
訓 おそ-ろしい
　おそ-れる

化

change into
变化成
(HÓA) chuyển thành, biến thành

＊お化け
　　ば

音 カ、ケ
訓 ば-ける、ば-かす

幽 霊

ゆうれい

quiet and secluded
寂静并偏僻的
(U) âm u

音 ユウ

spirit
灵魂
(LINH) linh hồn

音 レイ
訓 たま

妖 怪

ようかい

attractive, bewitching, calamity
吸引人的，令人着迷的，灾难
(YÊU) thu hút, mê hoặc, thảm họa

音 ヨウ
訓 あや-しい

mysterious
神秘的
(QUÁI) kỳ bí

音 カイ
訓 あや-しい
　あや-しむ

Chapter 5

せい

神奈川沖波裏『富嶽三十六景』より
かながわおきなみうら ふがくさんじゅうろっけい

♣ Lesson 1　生涯現役
　　　　　　しょうがいげんえき

♣♣ Lesson 2　森は生きている
　　　　　　もり　い

♣♣♣ Lesson 3　国生み
　　　　　　くに　う

life, be born, student
生活，出生，学生
(SINH) cuộc sống, sinh ra, học sinh

Chapter 5・生

Lesson 1

生涯現役
しょうがいげんえき

写真：kazoka/Shutterstock.com
Fast&Slow / PIXTA

> マチアス
> チョウこうれいか社会って
> チョウすごいね。

> アン
> 私は早くお金をためて、
> 50さいぐらいから、
> あそんでくらしたいわ。

> クレア
> 生きてる間、ずっと
> はたらいてるってかっこいい。

Lesson 1 生涯現役(しょうがいげんえき)

難しさ ♣

　日本では、高齢者が世界に類のない速さで増えました。そして2007年には、世界一の超高齢社会になりました。日本人の4人に1人が65歳以上の高齢者です。2018年、日本人男女の平均寿命は84.2歳でした。日本人は世界で一番長生きです。

　友だちからこんな話を聞きました。一人暮らしの彼女は、押し入れにパイプをとりつけて、そこに洋服をかけたいと思いました。自分ではできないので、安くできるシルバー人材センター※に頼みました。そうしたら、手分けして、あっという間にりっぱな洋服かけを作ったおじいさんたちに、びっくりしたそうです。買い物に行く人、買ってきたパイプを切る人、それをとりつける人、お金の計算をして領収書を書く人、それぞれが特技を発揮した、その手際のよさに感心したそうです。

写真：KPG_Payless/Shutterstock.com

WORDS

- 生涯：lifetime / 生涯 / cuộc đời
- 現役：active and working / 现役，活跃于第一线 / trong cương vị
- 高齢者：seniors / 老年人 / người cao tuổi
- 類のない：unprecedented, unparalleled / 无法匹敌 / không chủng loại, chưa từng có
- 超高齢社会：society with super-aging population / 超高龄社会 / siêu xã hội dân số già
- 男女：men and women / 男女 / nam nữ
- 平均寿命：average life expectancy / 平均寿命 / tuổi thọ trung bình
- とりつける：to install / 安，装 / lắp đặt, gắn
- 手分けする：to divide the work / 分头 / phân công
- あっという間に：in no time / 转眼间，一转眼 / trong chốc lát
- 計算：calculation / 计算 / tính toán
- 領収書：receipt / 收据 / biên lai
- それぞれ：respectively / 分別，各个 / từng..., mỗi...
- 特技：specialty / 拿手绝活 / kỹ thuật đặc biệt

※シルバー人材センター：
Silver job agency: Silver job agency is a business association serving the seniors, who would be eligible to register for simple jobs in office work, cleaning parks, managing a parking lot, or housework.
银发人才中心：支援老年人的事业协会。60岁以上能登记从事事务工作、公园清扫、停车场管理、家事援助等简单的工作。
Trung tâm giới thiệu việc làm cho người già: hiệp hội hỗ trợ người cao tuổi. Từ 60 tuổi có thể đăng ký làm những công việc đơn giản như giúp việc nhà, trông xe, dọn dẹp vệ sinh công viên, hay công việc văn phòng.

高齢者の就職率の国際比較（2003年、2013年）

総務省統計局「3.高齢者の就業」より作成
https://www.stat.go.jp/data/topics/topi843.html

15　このように、日本には何歳になっても自分の得意な仕事をして、はつらつと働く高齢者が大勢います。世界を見ても10年前に比べると、働く高齢者は増えていますが、2013年の日本
20　の高齢者の就業率は20.1％で、世界で一番高いです。

　　農業や漁業はもとより、伝統的な文化や工芸の分野でも、「ものづくりニッポン」を支える工場でも高齢者が現役で活躍して、若い人たちをリードしています。また政治の世界でも高齢者が重要な地位を占めています。

25　超高齢社会の日本には、生涯を現役で過ごしたいと考える人が大勢います。高齢者は、長年培った技術を生かして生涯働くことが社会への貢献になることを喜び、それが誇りとなり、生きがいにもなっているのです。

- 発揮する：to exhibit / 发挥 / phát huy
- 手際のよさ：finesse, quick adeptness / 本领高，手法高明 / sự khéo léo
- 感心する：to be impressed / 佩服，钦佩 / khâm phục
- 得意な：skillful / 得意的，自满的 / giỏi, tốt
- はつらつと：lively / 精力充沛地，朝气蓬勃地 / tích cực
- 就業率：workforce participation / 就业率 / tỷ lệ làm việc
- 漁業：fishing / 渔业 / ngư nghiệp
- もとより：of course / 不用说，当然 / từ đầu
- 伝統的な：traditional / 传统的 / mang tính truyền thống
- 工芸：crafts / 工业 / công nghệ
- 分野：fields / 领域，范围 / lĩnh vực

- ものづくりニッポン：manufacturing Japan / 制造第一的日本 / Nhật Bản quốc gia sản xuất
- 支える：to support / 支撑 / hỗ trợ
- 活躍する：to be active / 活跃 / hoạt động
- リードする：to lead / 领导，带领，率领 / dẫn dắt, chỉ đạo
- 重要な：important / 重要的 / quan trọng
- 地位を占める：to fill a position / 占有～地位 / giữ vị trí
- 培う：to foster / 培养 / vun xới
- 貢献：contribution / 贡献 / sự cống hiến, đóng góp
- 誇り：pride / 自豪，光荣 / tự hào
- 生きがい：reason for living, raison d'etre / 生存价值 / lẽ sống

たしかめよう

I （　）の中に、○か×かを書きなさい。

1. (　) 日本は2007年から高齢社会になりました。
2. (　) 今、日本人の4人に1人は高齢者です。
3. (　) シルバー人材センターは便利ではありません。
4. (　) 日本には高齢になっても、働きたい人がたくさんいます。
5. (　) 働いている高齢者の率は、世界で日本が一番多いです。

II 質問に答えなさい。3.は自分の答えを書きなさい。

1. 友だちはシルバー人材センターに仕事を頼んで、何に感心しましたか。

   _____

2. 日本の高齢者は農業や漁業の他、どんな分野や世界で活躍していますか。

   _____

3. お国の高齢者は働きたいと思っていますか、働きたくないと思っていますか。

   _____

   _____

グラマーノート Grammar Note

1. ｛N ／ な A ／ い A ／ V｝（普通形）そうです

- おじいさんたちに、びっくりしたそうです。(p.100, l.10)
- その手際のよさに感心したそうです。(p.100, l.13)

"そうです" follows the plain form phrase that connotes a hearsay from a third party. The phrase is never in a past tense or in negative and always ends in "そうです."

前接普通形的句子，表示该信息不是直接由自己获得，而是通过第三者得到的"传闻"。无法使用否定形和过去形，只能以"そうです"结尾。

Diễn tả ý nghĩa thông tin "nghe được" từ người thứ ba, thông tin không phải do mình có được trực tiếp, cấu trúc này được dùng chung với các từ loại ở "thể ngắn". Không có hình thức phủ định và quá khứ ở cách thể hiện này, luôn kết thúc bằng hình thức "soudesu".

（×）びっくりしたそうではありません。
（○）びっくりしなかったそうです。

2. ｛いA- ／ な A｝ さ

- 高齢者が世界に類のない速さで増えました。(p.100, l.2)
- その手際のよさに感心したそうです。(p.100, l.13)
- カードの便利さの裏には危険がある。

"さ" is added to the stem of an -い or a -な adjective to form a noun; it expresses a degree and a condition.

い形容詞、な形容詞的语干加上"さ"后变成名词，表示其程度、状态。

Khi thêm từ "sa"「さ」vào gốc từ của tính từ "-i" hoặc tính từ "-na"「な」, ta tạo lập nên một danh từ. Biểu thị mức độ hoặc trạng thái.

# 漢字 ♣ KANJI ♣

生涯
しょうがい

生 life, be born, student
生活，出生，学生
(SINH) cuộc sống, sinh ra, học sinh
- 音 セイ、ショウ
- 訓 なま
  う-まれる、う-む
  い-きる

涯 outer limits
外部限制
(NHAI) giới hạn ngoài
- 音 ガイ
- 訓 はて

歳　齢

歳 year, age suffix
年，岁（后缀词）
(TUẾ) năm, tuổi
*65**歳**
さい
- 音 サイ
- 訓 とし

5　20　50　80

齢 person advanced in years, age
银发族，年纪
(LINH) người lớn tuổi, tuổi
*高**齢**者
こうれいしゃ
- 音 レイ
- 訓 とし

現役
げんえき

現 actual, appear
现实的，呈现
(HIỆN) hiện thực, xuất hiện
- 音 ゲン
- 訓 あらわ-れる、あらわ-す

役 service
服务
(DỊCH) dịch vụ
- 音 ヤク、エキ

Lesson 2

森は生きている
もり　　　い

ポール・セザンヌ『森の中』
サンフランシスコ近代美術館所蔵

東京　太郎
とうきょう　たろう
「ざっそうというくさはない」とは、
昭和天皇のおことばだ。
しょうわてんのう

千代田　たか子
ちよだ　　　　こ
こうきょの中には、ゆたかなしぜんが
　　　　　なか
いっぱいあるよ。

ユリカモメ
毎朝海からこうきょのもりに来るんだ。
まいあさうみ　　　　　　　　　　　　　く

エイドリアン
くちてたおれた木が土にもどるまで、
　　　　　　　き　つち
どのくらいの年月がかかるんだろう。
　　　　　　ねんげつ

Lesson2 森は生きている〜東京都の大自然〜

難しさ ♣♣

東京都千代田区1-1。高いビルが並ぶ大都市東京のど真ん中に、巨大な緑の島が浮かぶように、うっそうとした森があります。
ここは、皇居です。広さは115万㎡ぐらいで、この中に、天皇皇后のお住まいである御所や、お仕事をなさる宮殿などがあります。

写真：アフロ

皇居は、江戸時代(1603-1868)に江戸城があったところです。1868年、時代は江戸から明治(1868-1912)へと変わり、ここに将軍のかわりに天皇を迎えました。御所がある吹上地区には、広い日本庭園や馬場、果樹園、小さいゴルフコースなどもありました。

昭和時代(1926-1989)、第二次世界大戦が終わると、昭和天皇は、この吹上地区の手入れをやめて、自然の森に戻すことを決心なさいました。できる

WORDS

- 自然：nature / 自然 / tự nhiên
- 大都市：metropolis / 大都市 / thành phố lớn
- ど真ん中：in the middle / 正中心 / chính giữa
- 巨大な：enormous / 巨大的 / to lớn, vĩ đại
- 浮かぶ：to float / 浮起, 浮出 / nổi lên
- うっそうとした：thick, dense (forest) / 郁郁葱葱, 葱绿茂密 / rậm rạp, um tùm
- 広さ：size / 面积 / độ rộng
- 天皇：emperor / 天皇 / Thiên Hoàng
- 皇后：empress / 皇后 / Hoàng Hậu
- お住まい：residence (honorific) / 住所 / nơi ở
- なさる：to do (honorific) / 做(敬语) / làm (kính ngữ)
- 江戸城：Edo castle / 江戸城 / lâu đài Edo, thành Edo
- 将軍：shogun, general / 将军 / Tướng quân
- 吹上地区：Fukiage district / 吹上地区 / quận Fukiage
- 庭園：garden / 庭院 / vườn
- 馬場：equestrian facility / 马场 / trường đua ngựa
- 果樹園：orchard / 果樹園 / vườn cây ăn trái
- 第二次世界大戦：World War II / 第二次世界大战 / thế chiến thứ hai
- 手入れ：ground keeping / 修剪 / bảo dưỡng, chăm sóc
- 戻す：to restore / 恢复 / hoàn lại, trả lại
- 決心する：to decide / 決心 / quyết tâm

だけ人の手を入れずに、植物が成長し、年を取り、朽ちていくままになさったのです。

　ゴルフコースの芝刈りをやめると、あちこちで、野の花が咲くようになりました。木々の根元の下草は伸びるままに、落ち葉は積もるままにしました。江戸時代に植えた庭園の木々は300歳を超える巨大な老木となり、やがて朽ちて倒れましたが、倒れた木は外に運び出さないで、長い年月をかけて土に戻しました。巨木がなくなった空間には、周りの若い木々が枝を伸ばしました。地面からは新しい芽が出て、森の世代交代が進みました。

　こうして、吹上の庭園は人の手をはなれて、命の森へと生まれ変わっていったのです。落ち葉の下で、小さい虫たちが糞をして黒土を作り、豊かな土で植物が成長し、実をつけ、森にすむ生物を育てました。そして今、吹上の森には、3000種類を超える動物や植物が生きているのです。

- 植物：plants / 植物 / thực vật
- 成長する：to grow / 成长 / trưởng thành
- 朽ちていく：to rot / 腐朽，腐烂 / mục nát, thối rữa
- 芝刈り：lawn mowing / 除草 / cắt cỏ
- 根元：roots / 根 / gốc
- 伸びる：to grow / 伸长 / kéo dài, lan ra
- 落ち葉：fallen leaves / 落叶 / lá rụng
- 超える：to exceed / 超过 / vượt qua
- 老木：old tree / 老树，古树 / cổ thụ
- 土に戻す：to rot / 化作泥土 / trả lại cho đất
- 空間：space / 空间 / khoảng không

- 伸ばす：to grow / 伸长，拉长 / phát triển rộng
- 地面：ground / 地面 / mặt đất
- 芽：shoots / 芽 / Mầm, chồi
- 世代交代：generational change / 世代交替 / thế hệ này nối tiếp thế hệ sau
- はなれる：to be off one's hands / 脱离 / tuột khỏi tay ai
- 命：life / 生命 / sinh mạng, có sức sống
- 糞：compost / 粪便 / phân
- 豊かな：rich / 丰富 / phong phú
- 実：fruit / 果实 / quả
- 種類：species / 种类 / chủng loại

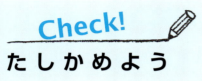

たしかめよう

I (　　)の中に、○か×かを書きなさい。

1. (　) 現在皇居がある場所には、江戸時代に何もありませんでした。
2. (　) 明治時代、天皇のお住まいのことを江戸城と言いました。
3. (　) 皇居ではゴルフができなくなりました。
4. (　) 吹上地区では古い木が倒れて、森の木が少なくなりました。
5. (　) 皇居の森には、たくさんの動物がすんでいます。

II 質問に答えなさい。3.は自分の答えを書きなさい。

1. 第二次世界大戦の前、皇居には何がありましたか。

   _____

2. 命の森とは、どんな森のことですか。

   _____

3. お国の森では、どんな動物や植物が生きていますか。

   _____

   _____

もっと読んでみよう！❶

イチョウの復活
ふっかつ

　日本には、イチョウの木がたくさんあります。秋になると葉が黄色くなって、とてもきれいです。
　イチョウの葉は、原始的な形をしています。イチョウはとても古い木で、恐竜の時代から、地球上のいろいろなところにありました。ところが、気候が変わったことで数が減っていき、絶滅寸前にまでなったこともあります。このように、イチョウは、とても長い時代を生きてきましたから、「生きた化石」とも呼ばれています。
　1690年にエンゲルベルト・ケンペル（Engelbert Kaempfer1651-1716）は、オランダ商館の医者として、長崎の出島※に2年間住みました。ケンペ

『廻国奇観』ケンペル（1712）
同志社大学図書館所蔵

ルは植物学者でもありましたから、日本のいろいろな植物に、とても興味を持ちました。イチョウもその中の一つです。その頃のヨーロッパには、イチョウがありませんでしたから、とても珍しかったのです。そして、帰国してから『廻国奇観』という本を書いて、その中でイチョウを「gink<u>g</u>o」と紹介しました。これは、「銀杏」という漢字を読んだものです。「銀杏」は、「いちょう」か「ぎんなん」と読みますが、「ぎんきょう」と読むこともできます。ローマ字で書くと「gink<u>y</u>o」ですが、なぜかyとgが入れ替わってしまったようです。このように、ケンペルが紹介したことをきっかけにして、イチョウは、また世界中で見られるようになりました。

WORDS

- 復活：rivival / 复活 / phục sinh, hồi sinh
- 原始的な：primitive / 原始的 / mang tính nguyên thủy
- 恐竜：dinosaurs / 恐龙 / khủng long
- 気候：climate / 气候 / khí hậu
- 減る：to reduce / 减少 / giảm
- 絶滅：extinction / 灭绝 / tuyệt chủng
- 寸前：on the verge / 濒临 / ngay trước khi
- 化石：fossil / 化石 / hoá thạch
- オランダ商館：Dutch Trading House / 荷兰商馆 / tòa nhà thương mại Hà Lan
- 学者：scholar / 学者 / học giả
- その頃：around that time / 当时 / Khoảng lúc đó
- 帰国する：to return to one's country / 回国 / về nước
- 入れ替わる：to be replaced / 调换 / thay đổi

※長崎の出島：Dejima Island in Nagasaki: an island in Nagasaki Prefecture built in 1634 as a part of the national seclusion policy of the Edo shogunate government.
长崎的出岛：1634年江户幕府为防止外国人进入在长崎兴建的人工岛。
Đảo Dejima ở Nagasaki: là một hòn đảo nhân tạo ở tỉnh Nagasaki được xây dựng năm 1634

もっと読んでみよう！ ②

追われる森の人たち

オランウータンは、マレー（Malay）語で「森の人」という意味です。ボルネオ（Borneo）島とスマトラ（Smatra）島の熱帯雨林にすんでいます。高い木の上に巣を作って、森でとれる果物や草や、木の皮などを食べて生活しています。

ところが、オランウータンの数はどんどん減って、絶滅の危機にあります。一九〇〇年代から二〇〇〇年代までの約百年間に、八〇％も減ってしまったそうです。その原因の一つは、森の木を無計画に切って、木材として輸出したことです。一九九〇年代まで、こうして輸

出した木材の大部分は、日本向けのものでした。また、一九九〇年代からは、熱帯雨林を切り開いて、油ヤシ農園をいくつも作りました。ヤシ油は、ポテトチップスやアイスクリーム、マーガリンなどの食品や、洗剤やシャンプーなどの原料になります。そして、このヤシ油も、日本はたくさん輸入しているのです。

今、「持続可能な開発（Sustainable Development）」という考え方が、国際社会の共通理念となっています。環境と開発は、共存しなければなりません。豊かな森が、人間の手によって、その姿を変えてしまうことがないように、「森の人」がふるさとの森で生きていけるように、日本をはじめ世界の国々が、いろいろな取り組みを行っています。

WORDS

- 追われる：to be chased away / 被驱赶 / bị đuổi theo
- 熱帯雨林：tropical forest / 热带雨林 / rừng mưa nhiệt đới
- 巣：nest / 穴，窝 / tổ (chim)
- 皮：bark / 皮 / da thuộc
- 危機：crisis / 危机 / nguy cơ
- 無計画に：without planning / 无计划地 / không có kế hoạch
- 木材：wood / 木材 / gỗ
- 大部分：the most part / 大部分 / đại bộ phận
- 〜向け：for 〜 / 向〜 / dành cho 〜
- 切り開く：to cut open / 开垦 / rạch ra, mổ xẻ ra
- 油ヤシ農園：palm plantation / 油棕农园 / đồn điền trồng dừa
- 洗剤：detergent / 洗涤剂 / chất tẩy rửa
- 原料：ingredient / 原料 / nguyên liệu
- 共通理念：common goal / 共同理念 / triết lý chung
- 環境：environment / 环境 / môi trường
- 共存する：to coexist / 共存 / chung sống
- 姿：appearance / 样貌 / bóng dáng
- ふるさと：hometown / 故乡 / quê hương
- 取り組み：efforts / 对策，举措 / nỗ lực, phấn đấu

グラマーノート Grammar Note

1. V-るまま(に)

- できるだけ人の手を入れずに、植物が成長し、年を取り、朽ちていく<u>ままに</u>なさったのです。(p.107, l.14)

- 木々の根元の下草は伸びる<u>ままに</u>、落ち葉は積もる<u>ままに</u>しました。(p.107, l.18)

A joined form in the example above means "letting something happen without interfering." In the example below,
-た form and -ない form, followed by -い adjective, -な adjective, and a noun, means "to not change the state."

上面的例句接动词原型，表示"听其自然"之意。接动词的"た形"、"ない形"、"い形容词"、"な形容词"、"名词"时，表示"不改变状态"之意。

Trường hợp kết hợp với nguyên thể của động từ giống như ví dụ trên, mẫu câu này mang ý nghĩa "tự nhiên mà có". Trường hợp kết hợp với danh từ, tính từ "-na", tính từ "-i" hay động từ thể quá khứ た形, động từ thể phủ định ない形 như ví dụ bên dưới, trường hợp này mẫu câu mang nghĩa "không thay đổi trạng thái".

　　日本の家は、靴を履いたまま上がってはいけません。
　　生のまま食べてください。焼かないほうがおいしいです。

2. {V-る/ V-ない} ように

- 豊かな森が、人間の手によって、その姿を変えてしまうことがない<u>ように</u> (p.110, l.33)
- 「森の人」がふるさとの森で生きていける<u>ように</u>、日本をはじめ世界の国々が、いろいろな取り組みを行っています。(p.110, l.35)

In a syntax, "X ように Y," the phrase X is a desired state, and phrase Y is the action taken to achieve X. In the example above, the desired states are "豊かな森が人間の手によって、その姿を変えてしまうことがない" and "森の人がふるさとの森で生きていける，" and actions taken is "いろいろな取り組みを行っている．" Y would include the speaker's intentional action, while X is likely to include an action without intention, potential form, -ない form, or a "なる" state.

在"X ように Y"的形式里，X 表示希望发生的状态，为了达到这个状态必须进行 Y 的动作或行动。上例表示，为了使"丰富的森林样貌不因人类改变"以及"让森林住民能靠森林活下去"的状态成立，必须"采取许多对策"。Y 会出现表示说话者意志的动词。X 则多为表示无意志行为的动词、可能形、否定形或"なる"等表示状态的动词。

Mẫu câu 「X ように Y」 biểu thị trạng thái X được mong đợi, và để thực hiện được điều đó thì cần thực hiện hành động Y. Trường hợp ví dụ ở trên, có ý nghĩa "nhiều nỗ lực bỏ ra" để "rừng rậm phong phú không bị biến đổi do bàn tay con người", hay để trạng thái "người rừng có thể sinh sống trong rừng quê hương". Theo đó, trong vế Y, động từ chỉ hành vi mang tính ý chí của người nói thường được sử dụng. Mặt khác, ở vế X những động từ không thể hiện ý chí, thể khả năng, thể phủ định, hoặc trạng thái "trở nên"「なる」thường được sử dụng.

漢字 ✤ KANJI ✤

森
thick woods
茂密的树林
(SÂM) rừng rậm

音 シン
訓 もり

緑
green
绿色
(LỤC) màu xanh, thực vật

音 リョク
訓 みどり

植
plant
植物
(THỰC) thực vật

＊植物
　しょくぶつ
音 ショク
訓 う- える

育
raise
养育
(DỤC) nuôi dưỡng

＊育てる
　そだ
音 イク
訓 そだ- つ、そだ- てる

豊
plentiful
丰富的
(PHÚ) phong phú

＊豊かな
　ゆた
音 ホウ
訓 ゆた- か

然
so, be as it is
如此，像那样
(NHIÊN) cho nên, đương nhiên

＊自然
　しぜん
音 ゼン、ネン
訓 しか、しか- り

Chapter 5・生

Lesson 3

国生み
くに う

> **ケイ**
> 地図を見ると、日本って、しまがたくさんあるね。どのくらいあるのかな？

> **あきら**
> 地図にのってないのも、たくさんあるからね。6800ぐらいあるんだってさ。

> **ヨハネ**
> 日本は、しまぐにって、ほんとだね。
> どうやって、こんなにたくさんしまができたの？

> **ナオミ**
> 男と女のかみさまがはしらをまわって、出あったら、
> しまが生まれたって聞いたけど。

> **めい**
> 男のかみさまから女のかみさまに話しかけたら、きれいな島が生まれたんだよ。

Lesson3 国生み*
くにう

イザナギ・イザナミ

これは、昔も昔、大昔、人も動物もいなかったころのお話です。そのころ、天は雲ばかり、海はどろどろとして、一日中、雨がザーザーと降っていました。そして、ようやく雨が止んだとき、イザナギという男の神様と、イザナミという女の神様がお生まれになったのです。二人の神様は、海を固めて陸地を作ろうと思われ、長いほこで、海の水をぐるぐるとかきまぜられました。そして静かにほこを引き上げられました。すると、ほこの先から水の玉がポタリ、ポタリ、きらきら光りながら、海に落ちていき、美しい島になったのです。大変喜ばれたお二人は、その島で結婚なさって、多くの島と、風や山の神など、さまざまな神様をお生みになりました。ところが最後に火の神をお生みになったとき、イザナミは火傷で亡くなられました。イザナギは大変悲しまれ、どうしてもイザナミをお忘れになれません。

死者の国は、これまでだれも行ったことがない、遠い、遠い国です。イザナギは何日も何日も歩かれ、ようやく死者の国の入口にお着きになりました。「おーい、愛する妻よ、国生みの仕事も、まだ終わっていない。さあ、私といっしょに帰ろう。」

すると、入口の向こうから、なつかしい声が聞こえます。

「ああ、愛するあなた。私は死者の国の食べ物を食べてしまったので、帰れない

WORDS

- 国生み：creation / 列岛诞生 / Truyện Sáng Thế (tên một câu chuyện thần thoại)
- 大昔：long ago / 上古，远古 / ngày xưa
- 天：sky / 天 / trời
- どろどろとする：muddy / 黏糊，稠糊 / sền sệt
- ざあざあ：sound of rushing water / 哗啦哗啦 / rào rào, ào ào (tiếng mưa)
- ようやく：at last / 总算 / cuối cùng thì
- 神様：god / 神 / thần thánh
- 固める：to harden / 固定 / làm cho đông lại, làm chắc
- 陸地：land / 陆地 / lục địa
- ほこ：spear / 矛 / giáo mác
- ぐるぐると：around and around / 一圈圈地 / cuộn, xoắn, xoay vòng vòng
- かきまぜる：to stir / 搅拌 / khuấy, trộn
- 引き上げる：to pull up / 拉上来 / rút lại, kéo lên
- ポタリ：the sound of a falling drop of water / 水滴等的滴落声或其样貌 / Âm thanh của tiếng giọt nước rơi
- きらきら：mimetic word which describes reflecting and flickering light / 灿烂，闪烁 / từ tượng hình miêu tả độ tương phản của ánh sáng lung linh, lấp lánh
- 火傷：burn / 烧伤 / bị bỏng
- 死者：dead / 死者 / người chết
- おーい：Hey / 喂 / Ơi (kêu, gọi)
- なつかしい：fondly-remembered / 怀念 / nhớ, hoài niệm

Key Kanji 神 様 死 愛 逃 追 →p.120

のです。でも、ここの神様（かみさま）に頼んでみますから、しばらくここでお待ちください。その間、絶対（ぜったい）に私をごらんにならないとお約束くださいね。」

「わかった。おまえが出てくるまで、いつまでも、いつまでもここで待っているよ。」

イザナギは入口で、妻が出てくるのをじっとお待ちになっていました。数時間が過ぎました。イザナギは心配になられました。また、さらに数時間経ちました。

「遅すぎる！もう、これ以上待てない。絶対（ぜったい）に妻を連れて帰るぞ。」

イザナギは死者（しシャ）の国にお入りになりました。そこは暗くて何も見えません。髪のくしが明かりに変わって、暗い道をてらします。イザナギが奥（おく）へ奥（おく）へとお進みになると、遠くにイザナミが見えるではありませんか。急いで近づかれると、くしの明かりが、イザナミの顔をてらしました。

すると、その顔は…。目は真っ赤に光り、口は耳までさけて、長い舌（した）が飛び出しているではありませんか。髪には気持ちが悪いたくさんのうじ虫（むし）、体には小さな鬼（おに）がびっしり。その上、辺（あた）りには雷（かみなり）がゴロゴロ鳴っているのです。

イザナギは、恐ろしくて、恐ろしくて、逃（に）げ出（だ）してしまわれました。

「約束を破（やぶ）ったあなた、みにくい私を見たあなた、絶対許（ぜったいゆる）しません！」

イザナミは大声で「イザナギを殺（ころ）せ！」と鬼（おに）たちに命じられました。　つづく

- おまえ：you (originally directed to a superior, but now directed to someone of lower status or used between male friends) / 你(原来是对长辈使用，现在主要为男性对关系亲近者或晚辈使用。) / mày, em (Trước đây có nghĩa là người cấp trên, nhưng hiện nay được nam giới sử dụng nhiều khi nói với người thân hoặc cấp dưới.)
- じっと：steadily / 一动不动 / chăm chú, nhìn chăm chăm
- 〜ぞ：sentence-ending particle which expresses a strong will / 表示强烈意志的终助词 / trợ từ cuối câu thể hiện ý chí mạnh mẽ
- くし：comb / 梳篦 / cái lược
- てらす：to illuminate / 照 / chiếu sáng
- 奥へ奥へと：deeper and deeper / 往里面 / càng lúc càng vào sâu, đi vào sâu
- 〜ではありませんか：It is 〜 / 不是〜吗 / Chẳng phải là … như vậy sao?
- 近づく：to approach / 靠近 / tiến lại gần
- さける：to avoid / 躲避，避开 / xé toạc, rách toạc
- うじ虫：maggots / 蛆 / con giòi
- びっしり：covered, without any space / 吃惊，吓一跳 / chi chít, dày đặc
- ゴロゴロ：the sound of roaring thunders / 打雷时轰隆隆的响声 / âm thanh tiếng sấm
- 逃げ出す：to run away / 逃出 / chạy trốn
- みにくい：ugly / 丑陋 / khó coi, xấu xí
- 殺せ：Kill.(command) / 把〜杀死 / giết

＊This story ("Creation"p.114-118) depicts about God. As people hold the feeling of awe for God, here the honorific words are used.
这本读物《列岛诞生》pp. 114-118 描写的是神明。为了表达敬畏之意，因此使用尊敬语。
Câu truyện này ("truyện Sáng Thế" pp.114-118) là thần thoại về các vị thần. Vì Thần linh là những tồn tại mang tính thiêng liêng, nên kính ngữ được sử dụng trong suốt câu truyện.

たしかめよう

I （　）の中に、○か×かを書きなさい。

1. （　）イザナギとイザナミが生まれる前には、陸地はありませんでした。
2. （　）イザナミは海でおぼれて、亡くなりました。
3. （　）イザナギは妻が出てくるまで、待っていると約束しました。
4. （　）イザナギは最後まで、死者の国の入口で妻を待っていました。
5. （　）イザナギの愛は、恐ろしい妻の姿を見ても変わりませんでした。

II 質問に答えなさい。3.は自分の答えを書きなさい。

1. イザナミは迎えに来た夫に帰れないと言いましたが、それはどうしてですか。

   _____

2. イザナミはどうして夫を殺そうとしましたか。

   _____

3. お国には、国生みの話がありますか。それはどんな話ですか。

   _____

   _____

もっと読んでみよう！ ❶

死者の国から逃げる

　何百、何千という数の鬼が、飛ぶような速さでイザナギを追いかけます。イザナギは必死で逃げられましたが、追いつかれてしまいました。一匹がイザナギの背中に飛びつこうとしたその時、イザナギはくしを投げられました。すると、くしは、すぐに山ぶどうの木に変わり、おいしそうなぶどうがたくさんなりました。

「おお、これは、うまそうな山ぶどうだ。」

鬼たちは座って、むしゃむしゃ食べ始めました。

「それ、今のうちだ！」

　イザナギはその間に遠くへお逃げになることができました。しかし鬼たちは、ぶどうを食べ終わると、また飛ぶように追いかけてきます。一匹がイザナギの頭に飛びつこうとしたその時、イザナギはまたくしを投げられました。すると、くしはすぐにたけのこに変わり、あちこちからたけのこが、にょきにょきと出てきました。

「おお、これはうまそうなたけのこだ。」

鬼たちはむしゃむしゃ食べ始めましたが、すぐに食べ終わって、あっという間に追いついてきました。くしはもう、ありません。

つづく

WORDS

- 追いかける：to chase / 追赶 / đuổi theo
- 〜匹：counter for small living things / 用来数小动物的量词 / đơn vị đếm cho những động vật nhỏ
- 飛びつこうとする：to try to jump / 想扑到〜 / nhào lên
- 山ぶどう：mountain grapes / 山葡萄，野葡萄 / trái nho núi
- なる：to grow / 结（果实）/ trở thành, trở nên
- うまそうな：delicious looking / 看起来很好吃的样子 / trông có vẻ ngon
- むしゃむしゃ：mimetic word which describes the monsters eating in a ravenous mannar with munching sounds / 狼吞虎咽的样子 / từ tượng hình diễn tả một quái thú đang ăn một cách ngấu nghiến với âm thanh nhóp nhép
- それ：shout to encourage oneself or others, call to draw someone's intention / 为鼓励自己或他人，或是要引起注意时发出的吆呼声。/ Âm thanh để cổ vũ một ai đó hay gọi để thu hút sự chú ý của họ
- 今のうち：now / 趁现在 / bây giờ
- たけのこ：bamboo shoot / 竹笋 / măng
- あちこち：all over / 到处 / đây đó
- にょきにょきと：mimetic word which discribes thin and long things coming out one after another rapidly / 细长物体蓬勃滋生的样貌 / từ tượng hình diễn tả những vật nhỏ dài liên tục xuất hiện
- あっという間に：in no time / 转眼，一晃眼 / thoáng chốc

もっと読んでみよう！❷

一日に千人死んで、千五百人生まれる
（いちにち　せんにんし　せんごひゃくにんう）

　イザナギは、剣で必死に戦われましたが、鬼は切っても切っても追いかけてきます。そのときやっと、死者の国の出口が見えました。出口はもうすぐ。しかし、イザナギはもう大変お疲れで、その場にお倒れになってしまったのです。そのとき、わっとたくさんの鬼が飛びかかってきました。

　「ああ。もうだめだ。」

　もう終わりだと思われたその時、ふと見ると、近くに大きな桃の木がありました。イザナギは桃の実を、鬼に向かって力いっぱい投げられました。すると、あら、不思議。一つの桃の実は、二つになり、四つになり、数えられないくらいたくさんの実になって、次から次に鬼に当たりました。鬼は恐ろしくなって、逃げていきました。

　鬼たちが、むざむざと逃げ帰ってきたので、イザナミは大変くやしがられて、今度はご自分で、死者の国の出口まで走ってこられました。イザナギは急いで、大きな石で入口をしっかりとお閉めになりました。もうだれも、死者の国から出られません。

　「なんてひどい人、これから、あなたの国の人を毎日千人ずつ殺しますよ。」

　イザナミが泣きながら叫ばれると、イザナギは静かにおっしゃいました。

　「おまえがそんなひどいことをするなら、私は一日に千五百人の子どもが生まれるようにするよ。」

　こうして、だれも死者の国に行くことはできなくなり、一日に千人の人が死んで、千五百人の子どもが生まれるようになったのです。

WORDS

- 剣：sword / 剑 / gươm, kiếm
- 〜ても〜ても：no matter how many / 不论如何〜，都〜 / dù có... hay dù có...
- わっと：jump to / 突然 / reo hò, la hét
- 飛びかかる：to jump over / 猛扑过来 / chồm lấy, vồ lấy
- ふと：suddenly, accidentally / 突然 / bất chợt
- 桃：peach / 桃子 / quả đào
- あら：oh / 哎呀 / A (ngạc nhiên)
- むざむざと：empty handed / 轻易地，简单地 / không chần chừ
- 逃げ帰る：to run back / 逃回 / chạy trốn về nhà
- くやしがる：to be incensed / 悔恨 / lo lắng
- しっかり：tightly / 紧紧地，牢牢地 / chặt, chắc
- ひどい：terrible / 残酷，无情 / kinh khủng, tệ hại
- 〜ようになる：to come to / 变成〜的样子 / trở nên, trở thành

グラマーノート Grammar Note

敬語 (けいご) Respectful language / 敬语 / Kính ngữ

Respectful language is used for showing respect to a person being spoken to or spoken about. There are two types of respectful language: honorific expressions and humble expressions. While honorific expressions are used for the action, conditions, and possession of the listener and the person spoken about. Humble expressions is used for the actions of the speaker. Honorific expressions are used in this lesson about gods.

人们为尊敬听话者和话题人物使用敬语。敬语一般分为"尊敬语"和"谦让语"两种。尊敬语用于听话者和话题人物的行为、状态、所有物等，谦让语则用在自身行为上。
本课描写神明的故事，故用尊敬语。

Chúng ta sử dụng kính ngữ khi muốn thể hiện thái độ tôn trọng người nghe và bề trên của mình. Kính ngữ gồm có hai loại : kính ngữ và khiêm nhường ngữ. Kính ngữ được dùng với những cách thể hiện như hành vi, thái độ, đồ sở hữu của người nghe và bề trên, còn khiêm nhường ngữ được dùng khi nói về hành vi của bản thân người nói.
Trong bài này nói về câu chuyện Thần thánh nên kính ngữ được dùng ở đây.

尊敬語 (そんけいご) Honorific expressions / 尊敬语 / Tôn kính ngữ

Honorific expressions may be in a compound form（1 and 2）. A special form is used for a verb representing basic actions（3）.

尊敬语的动词有组合形式，如例句1和例句2所示，也有表示基本动作、行为的特别形式，如例句3。

Động từ kính ngữ có hình thức kết hợp giống ví dụ 1, 2 và có những động từ có cấu tạo đặc biệt biểu thị hành động, động tác cơ bản giống ví dụ 3.

1. V-（ら）れます

- 二人の神様は、海を固めて陸地を作ろうと<u>思われました</u>。（p.114, l.6 simp.）
- イザナギは何日も何日も<u>歩かれました</u>。（p.114, l.13 simp.）

2. お V- になります

- イザナギとイザナミという神様が<u>お生まれになった</u>のです。（p.114, l.5 simp.）
- イザナギは、死者の国の入口に<u>お着きになりました</u>。（p.114, l.13 simp.）

3. 特別な形

- 絶対に私を<u>ごらんにならない</u>とお約束くださいね。（p.115, l.19）
- イザナギは静かに<u>おっしゃいました</u>。（p.118, l.18）

漢字 ✣ K A N J I ✣

神様
かみさま

god
神
(THẦN) thần thánh

音 シン、ジン
訓 かみ

formal title, way
正式名称，方法
(DẠNG) kêu tên người một cách lịch sự, cách thức

音 ヨウ
訓 さま

逃　　　追

escape
逃
(ĐÀO) trốn thoát

＊逃げる
　に
音 トウ
訓 に-げる、に-がす

chase
追
(TRUY) đuổi theo

＊追いかける
　お
音 ツイ
訓 お-う

愛　　　死

love
愛
(ÁI) yêu

＊愛する
　あい
音 アイ

die
死
(TỬ) chết

＊死者
　ししゃ
音 シ
訓 し-ぬ

本文翻訳（英語・中国語・ベトナム語）
English・Chinese・Vietnamese

Full text translation / 全文翻译 / Bản dịch toàn văn

たしかめよう 解答
Answers / 答案 / Trả lời

グラマーノート（和文）

■ 本文翻訳（英語・中国語・ベトナム語）

Chapter 1　和

Lesson1：たすきをつなぐ (p.4)

***Tasuki* Relay**

Every year at the New Year, a relay marathon called *ekiden* takes place in Japan. The entire race, which takes more than twelve hours, is broadcast live on TV. People watch the race, while enjoying their New Year's feast.

Ekiden is a sports event that originated in Japan. While runners use a baton for a relay race on a race track, competitors in the *ekiden* race relay a *tasuki*. New Year's *Ekiden* is held on January 1, while Hakone *Ekiden* is held on January 2 and 3. Teams of public employees and workers from various companies participate in the New Year's *Ekiden*.

Teams of college students compete in the Hakone *Ekiden*. It is a popular event with more than 100 years of history. Teams compete for two days making a round trip between Tokyo and Hakone.

The first student leaves Tokyo at 8 a.m. on January 2. Five students run a distance of around 108 km (kilometer) to Hakone. It is an arduous trek for the fifth student, who runs the mountainous roads of Hakone with around an 834 meter climb. The last runner gets to the top at around 1 p.m. Spectators come out to cheer all along the route. They wave flags and yell, "Ganbare!"

On the next day, on January 3, another group of five students run back from Hakone to Tokyo. The first to start is the school that finished first on the previous day. Runners rush down the road that their team mates climbed the day before. Some runners get through 100 meters in 13 seconds. The last students would arrive in Tokyo at around 1 p.m. It is a team effort by 10 students. The round trip is 217.9km long, and each student runs an average of 20 km. The school that arrives in Tokyo first wins.

After the New Year, *ekiden* races are held all over Japan from March through October. The races include competitions among middle school and high school students, as well as people on wheelchairs.

"接力带"连接的驿传精神

日本过年时举行称为"驿传"的马拉松接力赛。从比赛开始一直到结束，电视台会实况转播超过12个小时以上。一边吃年菜一边看电视里的"驿传"成为过年的乐趣之一。

"驿传"是日本特有的体育活动。在跑道举行的接力赛传的是接力棒，"驿传"传的是接力带。1月1号举行"新年驿传"，2号和3号举行"箱根驿传"。社会人士和公务员的团队参加"新年驿传"。

"箱根驿传"是大学生的马拉松接力赛，有约100年的历史，广受大众欢迎。跑者花2天往返东京和箱根。

1月2号早上8点第1个学生从东京出发，到箱根的108公里分别由5名学生合作跑完。第5个学生的路程很辛苦，必须跑高低差约834米的箱根的山路，下午1点左右能抵达山上。沿途有许多民众挥舞旗帜，大喊"加油"，替跑者声援。

隔天1月3号，另外5个学生从箱根跑回到东京。由第1天成绩最好的大学开跑，从昨天辛苦爬上去的山路一口气往下跑。有些学生甚至跑出了百米约13秒多的速度。最后一个学生在下午1点左右回到东京。赛程由10个学生携手合作，往返距离217.9公里，一个学生平均跑20公里左右。最早跑回东京的大学便是冠军。

过完年的3月到10月之间，在日本全国各地也会举行初中和高中以及轮椅的"驿传"。

Chạy đua tiếp sức truyền vòng Tatsuki

Ở Nhật, vào dịp Tết người ta tổ chức cuộc đua chạy tiếp sức gọi là Ekiden. Cuộc đua này được truyền hình trực tiếp trên truyền hình suốt 12 tiếng từ khi bắt đầu cho đến khi kết thúc. Việc vừa ăn món ăn ngày Tết vừa xem Ekiden trên tivi là một trong những thú vui ngày Tết.

Ekiden là môn thể thao được sinh ra tại Nhật Bản. Cuộc chạy tiếp sức trên đường đua thì người chạy trao cho nhau cây gậy nhỏ, còn Ekiden thì người ta chạy và chuyển cho nhau mảnh vải đeo. Ngày 1 tháng 1, người ta tổ chức "Ekiden năm mới", ngày 2 và ngày 3 tháng 1, người ta tổ chức "Ekiden Hakone". "Ekiden năm mới" thì người ta chạy là công chức nhà nước và nhân viên công ty.

"Ekiden Hakone" là cuộc đua dành cho sinh viên đại học. Đây là cuộc đua có lịch sử 100 năm và được ưa thích. Chạy đi và về Tokyo và Hakone trong khoảng thời gian 2 ngày.

Ngày 2 tháng 1 sinh viên đầu tiên rời khỏi Tokyo lúc 8 giờ sáng. Đến Hakone khoảng 108 km (ki lô mét), 5 sinh viên sẽ chia nhau chạy. Sinh viên thứ năm sẽ chạy đường núi có độ cao 834 m từ chân núi đến ngọn nên rất vất vả. Buổi chiều khoảng 1 giờ, sẽ đến đỉnh núi. Trên đường chạy, nhiều người đứng vẫy cờ và cổ vũ bằng khẩu hiệu "gambare" nghĩa là "cố lên, cố lên".

Ngày tiếp theo là ngày 3 tháng 1, từ Hakone đến Tokyo, 5 sinh viên khác sẽ chạy. Bắt đầu chạy đầu tiên là trường đại học đầu tiên của ngày hôm trước. Sinh viên đó sẽ chạy một mạch xuống núi hôm qua chạy lên. Có những sinh viên chạy được 100m trong thời gian khoảng 13 giây trở lên. Sinh viên cuối cùng trở về Tokyo khoảng 1 giờ chiều. Tất cả 10 sinh viên hợp sức để chạy hoàn thành. Tổng cự ly cả đi và về là 217.9km, mỗi sinh viên chạy bình quân khoảng 20km. Trường đến Tokyo đầu tiên sẽ dành chiến thắng.

Sau Tết từ ngày 3 đến ngày 10, trên toàn quốc, cuộc thi chạy tiếp sức dành cho học sinh trung học và phổ thông, cuộc thi chạy tiếp sức dành cho xe lăn được tiếp tục diễn ra.

Lesson2：同じ釜の飯？ (p.10)

Eating from the Same Pot of Rice

There is a phrase "Onaji kama no meshi o kuu" in Japan. "kama" is a tool for cooking rice. The phrase refers to an act of sharing a pot of rice or sharing a meal. People create a tie with each other by sharing meals. The phrase eventually came to mean people sharing their lives and working together.

Elementary schools in Japan serve school lunches. The school provides nutritious meals at low cost. Students haul the food into their classrooms and fill the dishes themselves. They eat together. When they enter middle school or high school, they pack lunches from home. They usually eat together and chat at lunchtime in their classrooms.

Food service is available in cafeterias at many universities and businesses. Many of these cafeterias offer innovative and healthy menu, as well as stylish interior designs. Students and employees may choose to bring their own lunches or go out to eat. Or they may eat lunch with their coworkers and superiors. These informal exchanges help promote teamwork in the workplace. Some companies even provide a kitchen stocked with food. Employees cook and eat what they like along with other people. There is also an IT company, where employees take turn to cook for everyone. The CEO of this company says, "People nowadays would send an email to communicate with someone sitting right next to them. It is more important than ever to make sure our employees sit and eat together at lunch." This is the modern version of "Onaji kama no meshi o kuu."

同吃一锅饭

日本有句俗语为"同じ釜の飯を食う（同吃一锅饭）"。「釜（锅）」是煮饭的工具。同一锅饭分着吃，即大家一起吃饭的意思。通过饮食，人与人之间会产生亲密的情感关系，从这点衍生出"共

同生活和工作的伙伴"的比喻意义。

　　日本的小学里有学校包饭制度。学校会准备便宜且有益身体健康的中饭。孩子们自己将食物搬到教室，装到碟子里，然后一起吃。初中生和高中生大多带盒饭去学校，但还是会在教室里边聊天儿边吃。

　　大学里有大学食堂，公司里有员工食堂。最近，许多大学和公司都很注重健康的菜单及华丽的食堂内装。大学生和公司职员的中饭形式比较自由，多吃盒饭或外食等，在跟前辈和同事"美味"的交流中，培养工作的合作精神。有些公司还备有厨房和食材，公司职员在午休时煮自己喜欢的饭菜，然后说说笑笑一起享用。此外，有的IT公司每天有职员值班煮饭。董事长说"现在这个时代，跟邻座的人都用邮件联络了。因此午休时同事一边聊天儿一边用餐比以前来得更加重要。"这正是"同じ釜の飯を食う（同吃一锅饭）"所描绘的景象吧。

Cơm cùng một nồi

Ở Nhật Bản, có câu nói "ăn chung một nồi cơm". "Kama"（釜）là dụng cụ dùng để nấu gạo thành cơm. Mọi người chia sẻ một nồi cơm để ăn, hay nói cách khác, mọi người cùng nhau ăn cơm. Việc cùng nhau dùng bữa, sẽ tạo nên mối quan hệ gắn kết giữa người và người. Rồi từ đó câu nói này trở thành cách nói ví von về mối quan hệ bằng hữu anh em cùng sinh hoạt, làm việc.

Trường tiểu học Nhật Bản có bữa ăn trường cấp cho trẻ. Trường học chuẩn bị những bữa trưa rẻ nhưng tốt cho sức khoẻ. Trẻ em tự mình mang những phần ăn vào phòng học, tự chia ra đĩa và cùng nhau dùng bữa. Học sinh trung học và phổ thông thường mang theo cơm hộp nhưng họ cũng cùng ngồi ăn trong lớp học và nói chuyện với nhau.

Đại học thì có căn tin sinh viên, công ty thì có nhà ăn nhân viên. Gần đây, nhiều đại học và công ty chuẩn bị những thực đơn dinh dưỡng trong những nhà ăn có nội thất đẹp sang trọng. Sinh viên và nhân viên mặc dù hình thức ăn trưa thì khác nhau, người thì ăn ngoài người thì mang cơm hộp, nhưng trong giao tiếp "bữa ăn ngon" giữa đồng nghiệp hay những bậc đàn anh đi trước đã giúp nuôi dưỡng tinh thần làm việc nhóm. Trong số đó có công ty có cả bếp và nguyên vật liệu nấu nướng. Nhân viên trong giờ nghỉ trưa thì họ tự nấu và cùng nhau ăn uống vui vẻ. Hoặc có những công ty IT chia ca, ngày nào người nào được phân công sẽ nấu nướng cho mọi người cùng ăn. Giám đốc công ty đó đã nói "đã đến thời mà ngay cả người ngồi bên cạnh bàn liên lạc với nhau bằng email. Do đó vào bữa trưa, việc nhân viên cùng ăn cùng trò chuyện thì quan trọng hơn bất cứ lúc nào khác. Đây chính là hình ảnh" ăn chung một nồi cơm".

もっと読んでみよう❶：おべんとうと梅ぼし (p.13)

Lunch with Pickled Plum

"Bento" (bento) is packed lunch that people can eat anywhere, when they work outdoors or travel. The word "bento" is said to derive from a Chinese word for "convenience." One cannot use rice bowls and dishes away from one's home. Bento is convenient, because the whole meal, including the main staple rice, is packed in a single box.

Japanese rice, which remains tasty even when cold, is well suited for bento. "Onigiri" (rice balls) are even more convenient. People probably started packing rice balls in the Yayoi Period (around 1st Century, BC) or Heian Period (794-1192). By the Kamakura Period (around 1185-1333), warlords fed their soldiers with rice balls packing a pickled plum inside. Pickled plum is a popular ingredient, because it helps keep the rice from spoiling and helps relieves fatigue. A box of white rice with a red pickled plum in the middle is known as "Hinomaru bento" (Japanese-flag bento).

盒饭和梅干

　　当一整天在外工作或旅行时，盒饭就是让你能在任何地方吃的东西了。据说"べんとう"这个词是从汉语来的，表示"方便的"东西。在外面无法使用大量的碗和盘子等物品，主食的米饭和菜肴全放到一个盒里带着走的"盒饭"就显得相当方便。

　　日本的米即使冷掉也很好吃，非常适合做盒饭。其中最不费功夫的是捏成方便食用大小的"饭团"。据说起源是在弥生时代（BC1世纪左右）或平安时代（794-1192年）。到了镰仓时代（1185年左右-1333年），在战场上会把放进梅干的饭团分配给武士。梅干能消除疲劳，而且米饭也比较不容易坏，至今仍相当受欢迎。在白米饭的正中间放一颗梅干的盒饭，被称为"日之丸便当"，颇受大众欢迎。

Cơm hộp và mơ muối

"Obento" (cơm hộp) là thức ăn mà mang theo khi đi làm, đi du lịch hoặc mang theo và có thể ăn bất cứ nói nào. Từ "bento" được nói là đến từ tiếng trung quốc và có nghĩa là "thuận lợi". Vì khi đi ra ngoài, chúng ta không thể sử dụng nhiều thứ như là chén, đĩa. Hộp "bento" (cơm hộp) mà chúng ta mang theo có thể vừa chứa món cơm chính và cả đồ ăn nên rất tiện lợi.

Cơm nhật bản dù có nguội đi nhưng vẫn rất ngon là thứ rất hợp với cơm hộp. Trong số đó có một thứ vừa dễ ăn vừa dễ làm đó là "món cơm nắm". Nguồn gốc này nghe nói được truyền từ thời Yayoi (thế kỷ 1 trước công nguyên) và thời đại Heian (794-1192). Thời đại Kamakura (Khoảng năm 1185 - năm 1333), những nắm cơm nắm với "umeboshi" (mơ muối) được đem phát cho binh lính trên chiến trường. "umeboshi" thì vừa giúp phục hồi sức khoẻ vừa khó hư nên ngày nay vẫn được ưa chuộng. Ngoài ra, những hộp "bento" chính giữa hộp cơm trắng có "umeboshi" đỏ có tên là "hinomaru bento" (cơm hộp mặt trời), được gọi rất thân thuộc.

もっと読んでみよう❷：あなたは何べん？ (p.14)

What is Your Favorite Bento?

There are many different types of Japanese bento, from traditional to modern.

Makunouchi bento is served at the *kabuki* theatre. A *kabuki* stage could go on for four or more hours, and the audiences eat their lunch in-between the acts (*maku*). Hence its name makunouchi (in-between acts) bento. There are tiny portions of a large variety of ingredients, and the rice is also packed in small pieces. Makunouchi bento can also be found nowadays in convenience stores.

Ekiben is a bento sold at a train station (*eki*). It features unique ingredients from each locale, from Hokkaido to Okinawa. An ekiben can be a sushi or rice-bowl dish. People enjoy trying a new ekiben on board a bullet train.

Kyara-ben features anime or cartoon characters. Japanese mothers create artful kyara-ben for their children using dried seaweed and vegetables. Kids love Pokemon, Rilakkuma, and Hello Kitty kyara-ben.

你吃什么盒饭？

　　日本的盒饭种类丰富，从传统的到新式的都有。

　　幕之内便当：歌舞伎等休息时间时享用的盒饭

　　歌舞剧这类的舞台剧超过四小时，因此观众们会在两幕之间吃盒饭。"幕之内便当"这个名称由此而来。各种各样的菜肴各放了一些，米饭也分成小块，这种盒饭吃起来很方便。现在便利店也能买得到。

　　车站便当：在车站贩卖的便当

　　从北海道到冲绳，使用各地的名产制作，也有寿司或盖饭。在新干线等的列车中吃的车站便当是旅行的乐趣之一。

　　吉祥物便当：吉祥物便当

　　为了小孩，妈妈会用蔬菜或海苔变花样制作盒饭，有受欢迎的"精灵宝可梦"、"轻松小熊"、"凯蒂猫"等。孩子们很喜

欢这种便当。

Bạn dùng cơm hộp gì?
"Obento" Nhật Bản thì có nhiều loại phong phú từ loại truyền thống đến loại cách tân.

"Maku no uchi bento", đây là cơm hộp ăn khi nghỉ giải lao trong Kabuki.

Một màn trình diễn Kabuki kéo dài trên 4 tiếng đồng hồ, nên khán giả giữa các màn nghỉ giải lao và dùng cơm hộp. Và cái tên "Maku no uchi bento" ra đời trong bối cảnh đó. Bento này rất dễ ăn có nhiều đồ ăn và cơm được chia nhỏ. Ở cửa hàng tiện lợi ngày nay cũng bán loại cơm hộp này.

"Ekiben": là loại bento bán ở các ga.

Từ Hokkaido đến Okinawa, cơm hộp sử dụng các đặc sản các vùng miền. Có cả Sushi và các loại cơm tộ. Ăn Ekiben (cơm bán ở ga) trong xe Shinkansen có thể nói là một trong những thú vui.

"Kyaraben": Character bento (cơm hộp hình nhân vật)

Mẹ thường trang trí sắp xếp rau, rong biển vào cơm hộp cho những đứa trẻ nhỏ tuổi. Những hình ảnh Pokemon, Rilakkuma, Hello Kitty làm các bé rất vui.

Lesson3：オバマ　イン　ヒロシマ (p.18)

Obama in Hiroshima

"Seventy-one years ago, on a bright cloudless morning, death fell from the sky and the world was changed." That was the opening of a speech given at the Hiroshima Peace Memorial Park on May 27, 2016. It was the first time a sitting President of the United States, Barak Obama, visited Hiroshima. 71 years had passed since an atom bomb was dropped on Hiroshima.

In his speech, President Obama said he was in Hiroshima to ponder a terrile force unleashed in the not so distant past. He also said "We must pursue "the world without nuclear stockpiles," even if it takes long time."

After he finished speaking, he met and spoke with survivors of radiation exposure. A photograph of the President hugging one of the survivors was in all the major newspapers in Japan and the U.S.

President Obama also saw *origami* cranes for Sadako Sasaki in the Hiroshima Peace Memorial Museum. Sadako was exposed to radiation in Hiroshima and died ten years later from Leukemia at the age of twelve. Sadako famously kept making cranes to pray she would live.

President Obama said "that he has brought *origami* cranes" and showed four *origami* cranes that he carefully created from Japanese papers with floral patterns. Two of the cranes were given to two elementary school and middle school students, respectively, and the remaining two were donated to the Memorial Museum.

Prime Minister Shinzo Abe Visits Pearl Harbor

On December 27, 2016, Prime Minister Abe visited Pearl Harbor along with President Obama. He laid flowers for the victims of the attack on Pearl Harbor, where the war between Japan and the U.S. began. It was the first time a Japanese prime minister visited Pearl Harbor with a sitting American President. 75 years had passed after the attack on Pearl Harbor.

In his speech, Mr. Abe thanked American people for their warm and generous help that allowed Japan to recover after its defeat. He also said the power of reconciliation now tied the two former foes with a powerful bind. Mr. Abe emphasized this power was what the world needed the most now.

奥巴马在广岛

"71年前，一个万里无云的晴朗早晨，死神由天而降，世界因此改变。"那次演讲的开头便是这句话。2016年5月27日，广岛和平纪念公园。那天，巴拉克•奥巴马总统以现任美国总统的身份首次访问广岛。在把原子弹投下广岛的71年后。

奥巴马总统在演讲中提及"为了能更深刻思索在不太远的过去所释放出的恐怖力量"，因此来到了广岛。同时他也指出，即便花费很长的时间，也要创造一个"无核武的世界"。

演讲后，奥巴马总统与在广岛受到原子弹爆炸危害的人们交谈。他拥抱一位受到原子弹辐射侵袭者的照片，大大地刊登在美国和日本的报纸上。

奥巴马总统在广岛和平纪念馆中，一直凝视着佐佐木祯子的纸鹤。祯子在广岛遭受原子弹的辐射侵袭，10年后，在12岁时得白血病死去。祯子希望能"活下去"而一直不停折纸鹤，这件事在当时众所皆知。

奥巴马总统说"他其实也带了纸鹤来"。然后，就给大家看用花和纸折得很精巧的4只纸鹤。他将这4只纸鹤中的其中2只送给小学和中学的两个学生，另外的2只则赠送给资料馆。

安倍首相访问珍珠港

2016年12月27日，安倍晋三首相与奥巴马总统一同访问珍珠港。他在这个美日开战之处，献花给在珍珠港事变中的牺牲者。这是第一次日本首相与现任美国总统一同访问珍珠港。从珍珠港遭受攻击的那天起，已经过了75年。

安倍首相在当天的演讲中，感谢美国人民的大度和善良，让日本得以在战败后再度复兴，并指出要让曾经激战过的两国紧密结合，得靠"和解的力量"。他认为对全世界来说，这个力量是当前最重要的。

Obama thăm Hiroshima

Bài phát biểu của tổng thống bắt đầu bằng câu nói này "Vào một ngày đẹp trời trong xanh không một gợn mây 71 năm về trước, cái chết đã ập xuống và đã làm thay đổi thế giới (Seventy-one years ago, a bright cloudness morning, death fell from the sky and the world was changed.)". Ngày 27 tháng 5 năm 2016, tại công viên Kỷ niệm Hòa Bình Hiroshima, tổng thống đương thời nước Mỹ, ngài Barack Obama lần đầu tiên ghé thăm Hiroshima. Đã 71 năm trôi qua kể từ ngày thành phố Hiroshima bị đánh bom nguyên tử.

Trong bài phát biểu, tổng thông Obama cũng đã nói "để tìm hiểu về sức mạnh đáng sợ ập đến chốn này ở thời điểm không xa bao nhiêu so với hiện tại (to ponder a terrible force unleashed in the not so distant past.), ông đã đến Hiroshima. Và ông cũng nói tiếp, dù có mất thời gian đi chăng nữa, cũng phải xây dựng một "thế giới không vũ khí hạt nhân".

Sau bài phát biểu, tổng thống Obama đã nói chuyện với nạn nhân bị đánh bom ở Hiroshima. Rồi tấm hình ông chụp ôm nạn nhân bị đánh bom đã được đăng trên tờ báo Nhật và Mỹ.

Tổng thống Obama đã dừng lại và nhìn vào con hạc giấy của bà Sasaki Sadako ở bảo tàng tư liệu Hòa bình Hiroshima. Bà Sadako là nạn nhân của bom nguyên tử Hiroshima 10 năm sau, bà mất ở tuổi 12 vì căn bệnh bạch huyết.

Câu chuyện bà Sadako gấp hạc giấy với tâm nguyện muốn được sống rất nổi tiếng.

Tổng thống Obama đã nói "tôi đã mang đến đây những con hạc giấy" và đã cho mọi người xem 4 cánh hạc giấy được gấp một cách cẩn thận bằng giấy hoa Nhật Bản. Hai con trong 4 con ông đã tặng cho một học sinh tiểu học và một học sinh trung học, hai con còn lại ông tặng cho bảo tàng.

Thủ tướng Abe đến thăm Trân Châu Cảng

Ngày 27 tháng 12 năm 2016, Thủ tướng Shinzo Abe đã đến thăm Trân Châu cảng cùng với tổng thống Mỹ Obama. Và ở nơi đây, nơi bắt đầu chiến tranh Nhật Mỹ, ông đã dâng hoa tưởng niệm những nạn nhân đã hy sinh trong trận công kích Trân Châu Cảng. Việc thủ tướng Nhật cùng tổng thống Mỹ đến thăm Trân Châu Cảng là sự kiện lần đầu. Đã 75 năm trôi qua từ trận công kích Trân Châu Cảng.

Trong bài phát biểu chuyến thăm này, Thủ tướng Abe đã phát biểu, sau khi bại chiến, Nhật Bản có thể vực lại được như ngày nay à nhờ vào tấm lòng rộng lượng và ấm áp của toàn thế nhân dân Mỹ. Và thủ tướng đã nói đến "sức mạnh hòa giải" (the power of reconciliation) đã kết nối hai đất nước đã từng chiến tranh nảy lửa. Và ông đã nhấn mạnh sức mạnh này rất cần thiết trong thế giới hiện nay.

もっと読んでみよう❶：日本に落とされた原子爆弾（原爆）(p.21)

Atom Bombs Dropped in Japan

At 8:15am on August 6, 1945, an atom bomb was dropped on Hiroshima.

Out of the approximately 350,000 residents of Hiroshima at the time, 140,000 died by the end of December that year.

Three days later, on August 9, another atom bomb was dropped on Nagasaki. 74,000 people died in Nagasaki by the end of December.

Both bombs emitted thermal radiation of extremely high temperature. Temperature at ground zero rose to 3000 to 4000℃ from the thermal radiation. Victims who suffered from a direct exposure to thermal radiation died immediately or within days. The enormous shock waves, created by the high heat, blew structures, which then crushed people underneath. The entire cities were burned.

Unlike the conventional weapons, an atom bomb also emits strong radiation. Most of the people exposed to the radiation immediately after the explosion died. Many more became ill and died from residual radiation. A black rain followed a mushroom cloud that covered the sky after the explosion. The black rain fallout also contained radioactive debris.

在日本投下的原子弹

1945年8月6号早上8点15分，广岛被投下了一颗原子弹。

那时的广岛大约住着35万人，因为这颗原子弹，那一年到12月底为止，约有14万人死亡。

3天后的8月9号，长崎也被投下了一颗原子弹。在长崎，那一年到12月底为止，约有7万4千人死亡。

不论是哪颗炸弹都发出了高温的热波，因为这个热波，炸弹落下中心的地面温度约有300度到400度。直接接触到热波的人，在当天或几天内就死亡。因为高热刮起的剧烈爆炸冲击波摧毁了所有的建筑物，人们被压在建筑物底下。到处都是火灾，整个城市被火焰吞噬。

原子弹跟普通的炸弹不同的是会放射出强烈的辐射线。爆炸后马上接触到辐射线的人几乎都死亡了。因辐射线的残留，在那之后有很多人死亡或生病。爆炸后，天空中覆盖了一个很大、像蘑菇般的云朵，那朵云下起了黑色的雨。黑雨里含有辐射物质。

Bom nguyên tử dội xuống Nhật Bản

8 giờ 15 phút sáng ngày 6 tháng 8 năm 1945, một quả bom nguyên tử đã dội xuống Hiroshima.

Lúc bấy giờ ở Hiroshima có khoảng 350,000 người sinh sống, nhưng tính đến tháng 12 của năm đó khoảng 140,000 người chết do lần dội bom nguyên tử này.

Ba ngày sau, vào ngày 9 tháng 8, Nagasaki bị dội bom. Tại Nagasaki, tính đến cuối tháng 12 cùng năm có khoảng 74,000 người chết.

Ở lần dội bom nào thì cũng tạo ra tia nhiệt với nhiệt độ rất cao. Tia nhiệt này làm cho nhiệt độ mặt đất của trung tâm bị dội bom lên đến 3,000 đến 4,000 độ. Hầu hết những ai bị tia nhiệt chiếu trực tiếp thì đều bị chết vào ngay ngày đó hoặc vài ngày sau. Nhiệt độ cao kết hợp với sóng bom nguyên tử cực mạnh làm cho hầu hết tất cả các tòa nhà bị đổ sập, người bị đè bên dưới. Nơi nơi xảy ra hỏa hoạn, thành phố chìm trong khói lửa.

Bom nguyên tử khác với các loại bom thường ở chỗ phát ra tia phóng xạ mạnh. Những người bị dính tia phóng xạ sau trận dội bom thì hầu như đã chết ngay, tuy nhiên tia phóng xạ vẫn còn, nên sau đó vẫn nhiều người chết hoặc mắc bệnh. Sau trận dội bom, một đám mây to giống như quả nấm đã bao trùm bầu trời, từ đám mây này đổ mưa màu đen. Trong cơn mưa màu đen có chứa những vật chất phóng xạ.

もっと読んでみよう❷：禎子さんの話 (p.22)

Sadako's Story

At 8:15am on August 6, 1945, people in the city of Hiroshima were exposed to an intense flash of light and shock waves. An atom bomb was dropped on Hiroshima. The entire city was engulfed in flames in an instant. On that day, Sadako Sasaki was two years old. She escaped with her mother, older brother, and grandmother. Black rain fell on the city of Hiroshima that day.

People said nothing would grow in Hiroshima for 75 years, but ten years later the city was fully recovered. Sadako was an energetic twelve year old who liked to run around. In February of that year, however, she suddenly collapsed while running on the school ground. She went to a hospital, where she was diagnosed with leukemia. 10 years had passed since the atomic bomb was dropped on Hiroshima, and many people continued to die from illness. Sadako, who was once full of life, was so weakened, that she could no longer stand on her own. But she did not give up. She and her friends made *origami* cranes each day at the hospital and prayed she would get better. They believed that their wishes would come true, if they made a thousand cranes. But it was for naught, and Sadako died.

Children's Peace Monument is in the Hiroshima Peace Memorial Park. It was erected on May 5, 1958, for Sadako and all other children who died from the atom bomb. People from around the world continue to write letters and send in thousand *origami* cranes for this monument to this day.

祯子的故事

1945年8月6号早上8点15分。突然发出的刺眼光线和剧烈的爆炸冲击波席卷了广岛。广岛，被投下了一颗原子弹。一瞬间，整个城市燃烧了起来。那时，佐佐木祯子才两岁。她和母亲、哥哥、奶奶一起逃命。那天，广岛下了黑色的雨。

被人们预言"75年寸草不生"的广岛，在10年后完全恢复了原样。祯子也12岁了，成了一个爱跑步的健康小学生。然而，就在那年的2月，在校园里跑步的祯子突然倒下了。被送到医院的祯子被诊断出白血病。从广岛被投下原子弹的那天起过了10年，仍旧有很多人因这个病死亡。原本健康的祯子连站着都很困难，身体也很羸弱。即便如此，她每天在医院折纸鹤，希望自己"还能再恢复健康，跟朋友一起跑步。"她相信"折了1000只纸鹤，愿望就能实现。"不过，她的愿望并没有实现，祯子就这样死去。

广岛的纪念公园里有个"原爆之子像"。1958年5月5号，为了像祯子这样，在原子弹爆炸中死去的孩子们所立的。至今，仍有很多人从世界各地给这个塑像寄信和千羽鹤。

Câu truyện về Sadako

Vào lúc 8 giờ 15 phút ngày 6 tháng 8 năm 1945, sóng bom nguyên tử đáng sợ với ánh sáng chói loà đã bao trùm thành phố Hiroshima. Hiroshima đã bị bom nguyên tử tấn công. Chỉ trong chốc lát, thành phố bị thiêu rụi. Lúc ấy, chị Sasaki Sadako khi mới 2 tuổi. Mẹ, bà, anh trai đã cùng chạy trốn với Sadako. Ngày hôm đó, thành phố Hiroshima đã ngập tràn cơn mưa màu đen.

Người ta nói rằng "75 năm cỏ cây cũng không mọc được" trong thành phố Hiroshima này, tuy nhiên 10 năm sau thì mọi thứ đã trở lại như bình thường. Sadako là một học sinh tiểu học 12 tuổi năng động, thích chạy nhảy. Nhưng, vào tháng 2 năm đó, Sadako đang chạy trong sân trường thì bất ngờ gục ngã. Sau khi được chuyển đến bệnh viện thì được chẩn đoán đã mắc căn bệnh máu trắng. Thành phố Hiroshima dù đã qua hơn 10 năm kể từ ngày bị bỏ bom, tuy nhiên còn rất nhiều người chết vì căn bệnh này. Một cô bé Sadako khoẻ mạnh nhưng đột nhiên cơ thể yếu đi, đứng lên cũng gặp nhiều khó khăn. Tuy vậy, chị ấy vẫn ước mơ "có thể khoẻ trở lại, có thể cùng chạy nhảy với bạn bè", và mỗi ngày trên giường bệnh chị vừa gấp hạc giấy vừa cầu nguyện không ngừng. Vì chị tin rằng "nếu gấp đủ một ngàn cánh hạc giấy thì lời nguyện cầu sẽ thành hiện thực". Nhưng rồi ước nguyện của chị đã không được đáp trả, Sadako đã ra đi.

Tại Công viên kỷ niệm Hiroshima có "bức tượng trẻ nạn nhân bom nguyên tử". Ngày 5 tháng 5 năm 1958, bức tượng này đã được lập nên để tưởng nhớ Sadako và những đứa trẻ đã chết vì bom nguyên tử. Ngày nay, trên thế giới hàng ngày vẫn gửi đến bức tượng này những bức thư cùng với những cánh hạc giấy.

Chapter 2 心

Lesson1：もったいない (p.28)

Mottainai

When I was a child, my grandmother stopped me from throwing away a short piece of pencil and said to me, "*Mottainai*. Attach a cap and keep using it." If I did not eat every grain of rice stuck in my rice bowl, she would say, "*Mottainai* yo. Finish all your food." She never threw away any used wrapping paper or ribbon. She saved them, because it was *mottainai*. It was not only my grandmother. Japanese people used to carefully avoid waste and would always say, "*Mottainai*."

But what about now? We are flooded with stuff, and we throw things out even when they still have their uses left. Japanese people no longer say, "*Mottainai*." "*Mottainai*" is originally a Buddhist term and refers to waste and not being made of full use.

Waangari Maathai from Kenya won the Nobel Peace Prize for her activity focused on tree planting.

A year after becoming a Nobel laureate, she visited Japan and encountered the word "*Mottainai*." She was moved by this word, which she learned to represent 3R (Reduce, Reuse, Recycle) and respect for life and the earth. She decided she wanted to spread the word *Mottainai* which stood for preserving life and resources. She tried to translate the term into other languages but could not find the exact words with the same meaning. In the end, she launched her *Mottainai* campaign with the Japanese word, as is. That is how the word *Mottainai* has gone global.

3R
Reduce ⇒ reduce waste
Reuse ⇒ use repeatedly
Recycle ⇒ use in another form
　E.g. Creating a T-shirt from recycled plastic bottles

浪费

小时候，我要把变短的铅笔扔掉，祖母一定会说"太浪费了，套上个盖子后再用"。碗里残留饭粒，祖母也会说"太浪费了，全部吃完"。祖母总将只用过一次的包装纸或蝴蝶结留下，因为她觉得扔掉太可惜。不仅仅是祖母，以前的日本人都很惜物，嘴上常挂着"太可惜"这三个字。

然而，现在呢？因为物质充裕，还没用过的东西，都一件件扔掉了。日本人也不再说"太浪费"了。"もったいない（浪费）"本为佛教用语，表示未充分发挥原有的价值而造成浪费之意。

肯亚的旺加里·马塔伊女士因长年参与植树活动获得诺贝尔和平奖。获奖隔年她来到日本，在日本初遇"もったいない"这个词。在她知道"もったいない"表示3R（Reduce, Reuse, Recycle）之外，还带有珍惜生命和地球资源的敬畏之意以后，她相当感动，决定把包含在"もったいない"词义里的"珍惜生命和资源"的想法传播到全世界。想翻译成其他语言时，找不到合适的词语，便原封不动地用日语的"もったいない"展开了宣传活动。日语的"もったいない"也因此成为世界的"MOTTAINAI"。

3R
Reduce ⇒ 减少垃圾
Reuse ⇒ 重复使用
Recycle ⇒ 变形后再利用
　例）把宝特瓶变成 T 恤衫等。

Mottainai (Phí phạm)

Thuở còn nhỏ, cứ mỗi lần muốn vứt cây bút chì ngắn, thì bà thường nhắc nhở "phí phạm, hãy gắn cán bút vào và dùng tiếp đi". Hay khi để dư lại chén một ít hạt cơm thì bị nhắc nhở "phí phạm, ăn hết đi". Ngoài ra, với giấy gói hay ruy-băng đã dùng qua một lần, bà cũng tiếc của và giữ lại. Không chỉ bà tôi mà những người Nhật xưa cũng quý trọng đồ vật và thường nói từ "phí phạm".

Tuy nhiên, Bây giờ thì như thế nào? Do vật chất nhiều hơn trước nên mặc dù những thứ vẫn dùng được người ta vẫn vứt đi. Và người Nhật trở nên không nói "phí phạm". "Phí phạm" nguồn gốc là từ trong Phật giáo, có ý nghĩa là giá trị gốc chưa tận dụng hết sẽ trở nên lãng phí.

Bà Wangari Maathai của Kenya đã tiếp tục không ngừng hoạt động trồng cây và đã nhận được giải Nobel hòa bình.

Và năm sau đó, bà đã đến Nhật Bản và đã có cơ hội gặp gỡ từ "mottainai" (phí phạm). Khi biết được từ "mottainai" này không chỉ thể hiện ý 3R (Reduce, Reuse, Recycle) mà còn thể hiện ý nghĩa coi trọng nguồn tài nguyên của trái đất và sinh mạng, bà đã rất cảm động. Và bà suy nghĩ muốn mở rộng đến toàn thế giới từ vựng "mottainai" (phí phạm) với ý nghĩa quý trọng nguồn tài nguyên và sinh mạng. Bà muốn dịch từ này sang ngôn ngữ khác, tuy nhiên không tìm được từ nào hoàn toàn cùng nghĩa với từ này. Vì vậy mà từ "mottainai" được sử dụng nguyên văn và bắt đầu hoạt động tuyên truyền. Từ ngữ "mottainai" (phí phạm) của tiếng Nhật trở thành "MOTTAINAI" của thế giới.

3R
Reduce ⇒ giảm rác
Reuse ⇒ dùng đi dùng lại nhiều lần
Recycle ⇒ sử dụng bằng cách thay đổi phương thức.
　Ví dụ: từ "vỏ chai nhựa" tái chế thành "áo sơ mi"

Lesson2：魚のとむらい (p.34)

Funeral of Fish

A Rich Haul　　　　　Misuzu Kaneko

A red glow in the morning sky

A Big Catch

A rich haul of Oba sardines

On the beach, fishermen may hold a festival

However, beneath the sea

A funeral of thousands of sardines

may be held

Mother of a Sparrow　　　　Misuzu Kaneko

A child caught a young sparrow

The mother of the child was smiling at him

The Mother of the young sparrow looked at them

On the roof, she has been watching them without chirping

鱼的葬礼
渔获大丰收　　金子美铃

朝霞晚霞
大丰收

大羽沙丁
大丰收

海滩上
如庙会般
海中
数以万计的沙丁鱼
却在哀丧吧

麻雀的妈妈　　金子美铃

小孩儿
捉住了
小麻雀。
那个孩子的妈妈
笑了。
麻雀的妈妈看到了此情此景，
在屋顶
望着
却叫不出声。

Đám tang loài cá

Mẻ cá lớn　　Kaneko Misuzu

Rạng sáng, trời ửng hồng
Đánh được mẻ cá lớn.
Một mẻ cá mòi lớn
Một mẻ lớn

Bờ biển vui như ngày hội
Nhưng có lẽ dưới lòng biển sâu
phải chăng đang để tang
cho hàng vạn sinh mạng cá.

Mẹ chim sẻ　　Kaneko Miuzu

Trẻ em
bắt
chim sẻ con.
Mẹ của đứa trẻ ấy
chỉ cười
Mẹ của chim sẻ xem thấy cảnh đó
trên mái nhà
không hót
chỉ lặng nhìn cảnh đó.

もっと読んでみよう❶：おさかな（p.37）
Fish　　　　Misuzu Kaneko
Fish in the sea is pitiful

Rice is grown by farmers
Cattle is breeded in a ranch
Carp is feeded in the pond and snap cakes of wheat gluten

But fish in the sea
Although he is never under someone's care
Although he never causes any mischief
He will be my food

How pitiful fish in the sea is!

鱼儿　　　　　　　　　　　　　金子美铃
海里的鱼儿太可怜了。

米被人们栽种着，
牛被人们饲养在牧场里，
鲤鱼在池里吃得到麸子。

然而海里的鱼，
谁也不照顾它们，
没干什么坏事，
就这样被我们吃掉了。

鱼儿真的太可怜了。

Cá　　　　　　　　　　　　　Kaneko Miuzu
Cá biển thật tội nghiệp

Lúa được con người trồng trọt,
Trâu bò được nuôi ở nông trại.
Cá chép trong ao được ăn mồi.

Nhưng loài cá biển,
không hề được ai ghé mắt quan tâm,
không hề làm một điều xấu xa,
nhưng lại bị con người ăn thế này.

Thật thương thay cho loài cá.

もっと読んでみよう❷：金子みすゞのライフヒストリー（p.38）
■ **Life History of Misuzu Kaneko**

1903	Born in Yamaguchi prefecture.
1906	Father dies in China. Kanako's family runs a bookshop with help from an uncle.
1916	Enters a girl's high school. An essay is featured in the school magazine. 1920 Matriculates.
1923	Works at a bookshop run by her uncle. A nursery rhyme is published in a magazine. Goes on to write more than 90 songs.
1926	大漁 and おさかな are featured in 日本童謡集. Marries an employee at the bookshop. A daughter is born.
1928	Her husband tells her to stop writing and publishing poems or seeing a writer.
1930	Divorces in February. Commits suicide in March.

■金子美铃的一生

1903 年	出生于山口县。
1906 年	父亲逝于中国。金子家接受叔父的援助，经营书店。
1916 年	进入女子高中就读。作文刊登在学校的杂志上。1920 年毕业。
1923 年	在叔父的书店里工作。在杂志上发表童谣，才能被认可。之后，发表超过 90 篇以上的作品。
1926 年	《日本童谣集》里刊登〈渔获大丰收〉、〈鱼儿〉。与叔父书店的店员结婚。育有一女。
1928 年	丈夫禁止发表诗作、作品以及跟其他作家交流。
1930 年	2月、离婚。3月、26 岁时自杀。

■ **Tiểu sử của bà Kaneko Misuzu**

Năm 1903	Bà sinh ra ở tỉnh Yamaguchi
Năm 1906	Cha mất tại Trung Quốc. Gia đình Kaneko nhận được viện trợ từ người chú, kinh doanh một tiệm sách
Năm 1916	Bà theo học trường phổ thông dành cho nữ sinh. Bà đã đăng bài viết lên tạp chí của trường. Năm 1920, bà tốt nghiệp.
Năm 1923	Làm việc trong tiệm sách của người chú. Bà bắt đầu đăng những bài thơ ca dành cho nhi đồng lên tạp chí và được ủng hộ. Từ sau đó, bà đã cho ra đời trên 90 tác phẩm.
Năm 1926	Bà cho ra đời bài thơ "Mẻ cá lớn" và bài thơ "Cá" đăng trên "tập thơ ca Nhật Bản dành cho thiếu nhi". Kết hôn cùng với người làm trong tiệm sách của chú. Sau đó bà sinh được người con gái.
Năm 1928	Bà sáng tác thơ và cho ra đời nhiều tác phẩm. Bà bị chồng cấm giao lưu với tác giả.
Tháng 2 năm 1930	Bà ly hôn với chồng, tháng 3, bà tự sát và mất ở tuổi 26.

Lesson3：奇跡の一本松 (p.42)
きせき　　いっぽんまつ

Miracle Lone Pine Tree

There is a lone pine tree on the beach. Its trunk is hollow and filled with a metal rod. Its leaves and branches are artificial. The tree that stands upright, as though it overlooks the great sea, is anchored into a concrete pier.

The tree is in the Takata pine field in Rikuzen Takata City, Iwate Prefecture. 6200 pine trees were planted around 350 years ago. They grew and spread and eventually formed a great pine forest with 70,000 trees. The beautiful and green pine forest on a white sand beach offered respite to people and protection from strong sea winds, high tides, and *tsunami*.

On Friday, March 11, 2011, at 2:46pm, a magnitude 9.0 earthquake hit with the maximum seismic intensity of 7. The earthquake triggered an extremely large *tsunami*, and waves of up to 17 meters assaulted the pine forest. The *tsunami* swallowed the pine forest and the city of Rikuzen Takata. Afterwards, only a lone pine tree remained.

Only a single tree stood among the felled pine forest. People called this one tree among the 70,000 Miracle Lone Pine Tree. Eventually, the one pine tree came to symbolize a recovery from enormous earthquake damages.

The tree, however, did not live for long. Its trunk was damaged by debris from *tsunami*, and the roots rotted from exposure to sea water. In spite of heroic efforts to save the lone tree, it was confirmed dead in May a year later.

People wanted to keep the tree standing on the beach, even after it died, and launched the Miracle Lone Pine Tree Preservation Project. The tree remains standing to this day at the beach of Rikuzen Takata, as though it were still alive.

In October 2016, 150 pine saplings were planted experimentally for reviving the pine forest in Takata. Around 40,000 trees are planned for planting over the next three to four years. Some of the trees were germinated from the seeds collected from the pine cones found in the Takata pine forest before the *tsunami*. From a lone pine tree to a new forest. The miracle will continue on.

一棵奇迹之松

　　海边，一棵大松树矗立着。树干是中空的，里面插着一根金属轴心。枝叶都是复制品。瞭望着汪洋大海般挺立不动的松树树根用水泥固定着。

　　这里是岩手县陆前高田市的高田松原。约 350 年前，先人在此地种植了 6200 棵松树。经过细心栽培，松树的数量最终达到 7 万棵，成为壮观的松原。白色沙滩衬着松树的翠绿，美丽的松原成为人们休憩的场所，与此同时，也避免人们遭受海上吹来的强风、满潮、海啸等灾害。

　　2011 年 3 月 10 号，星期五下午 2 点 46 分。发生了地震规模 9.0，最大震度 7 的地震。地震引发了大规模的海啸，最高达到 17 米的海啸侵袭了松原，吞没了整个松原和陆前高田的城市。剩下的，唯有这棵松树。

　　就这棵松树直挺挺地立在被毁于一旦的松原中。7 万棵松树中仅仅这棵松树活了下来。人们看到这个景象，便称它为"奇跡の一本松（一棵奇迹之松）"。这棵松树成为人们从这巨大地震灾害中复兴的象征。

　　松树好不容易残存下来，但寿命却不长。因海啸而四处漂流的物品撞伤了奇迹之松的树干，根部也因浸泡在海水里被蚀。人们努力救助这棵奇迹之松，却白费了心血，隔年 5 月，松树完全枯萎死亡。

　　大家觉得一直挺立在海边的奇迹之松就算枯死也应该被保留在那里，于是便展开"一棵奇迹之松的保存计划"。现在，这棵松树就像它当初活着的那样，矗立在陆前高田的海边。

　　2016 年 10 月。为了高田松原的新生，试验性地种植了 150 棵松树苗，并计划今后将花费 3 至 4 年的时间造林，种植约 4 万棵松树。这些树苗中，有些是从震灾前捡到的松球里采取的种子培育出来的。从一棵奇迹之松到松原的再度复活。奇迹，踏着坚实的脚步，一步步迈向明天。

Một cây Thông kỳ tích

Tại bờ biển đứng sừng sững một cây Thông. Bên trong rỗng nhưng có một lõi sắt. Cành và lá là phiên bản mô phỏng. Rễ của cây Thông được cố định bằng bê tông, đứng sừng sững trên bờ biển giống như đang nhìn ra biển rộng. Đây là vùng Takatamatsubara thuộc thành phố Rikuzentakata của tỉnh Iwate. Khoảng 350 năm về trước, những người dân ở đây đã trồng trên mảnh đất này khoảng 6200 cây Thông. Sau đó, họ đã chăm sóc và rừng Thông này đã sớm phát triển thành một rừng lớn khoảng 70,000 cây. Rừng Thông xanh tươi rậm rạp ngay bờ biển cát trắng là nơi nghỉ ngơi cho người dân sống ở vùng đó, và rừng cây này đã bảo vệ cho con người khỏi những thiệt hại từ thiên nhiên như gió mạnh thổi từ biển, thuỷ triều lên hay sóng thần.

Vào 2 giờ 46 phút thứ sáu ngày 11 tháng 3 năm 2011 đã xảy ra trận động đất mạnh 9.0 Mw, cường độ mạnh nhất khoảng 7 độ. Trận động đất này đã gây ra sóng thần cực lớn, có những đợt sóng cao nhất lên đến 17 mét tấn công rừng Thông. Sóng thần đã nuốt chửng rừng Thông, nuốt chửng vùng Rikuzentakata. Chỉ còn để lại một cây Thông duy nhất.

Chỉ còn lại duy nhất một cây đứng giữa rừng Thông bị ngã gục. Những người dân xem cây Thông với sức sống tiềm tàng sống sót giữa một rừng Thông 70,000 cây và đã gọi cây Thông này là "cây Thông kỳ tích". Thân cây Thông này đã trở thành biểu tượng cho sự phục hồi của mảnh đất chịu thiệt hại từ thảm hoạ động đất cực lớn này.

Tuy nhiên, tuổi thọ của cây Thông còn sống sót lại này không dài. Thân Thông đã bị tổn thương do nhiều vật va chạm phải khi bị sóng thần cuốn trôi, thân Thông bị nước biển xâm hại và bị thối. Dù nhiều người đã nỗ lực để cứu lấy cây Thông này nhưng tháng 5 năm sau đó, thân Thông hoàn toàn bị khô héo và chết đi.

Mặc dù cây Thông đã chết nhưng vẫn đứng tiếp tục trên bờ biển, chính vì thế nhiều người vẫn mong muốn để lại cây Thông này và đã lập nên "dự án bảo tồn cây Thông kỳ tích này". Vì thế, đến tận bây giờ trên bờ biển Rikuzentakada vẫn sừng sững thân Thông với hình dáng như lúc còn sống.

Tháng 10 năm 2016, nhằm mục tiêu tái sinh rừng Thông Takatamatsubara, 150 nhánh cây Thông đã được trồng thí nghiệm. Và mục tiêu trong vòng 3, 4 năm sau sẽ trồng khoảng 40,000 cây. Trong những nhánh cây này, có những được rồng từ những hạt Thông lấy từ những quả Thông nhặt được ở Takatamatsubara trước khi xảy ra thảm hoạ động đất. Từ một cây Thông lại phát triển lại thành rừng Thông. Kỳ tích chắc chắn đang hướng về một ngày mai tươi sáng hơn.

もっと読んでみよう❶：津波てんでんこ (p.45)
Tsunami Tendenko

Sanriku beachfronts in the Tohoku area have been hit with several major *tsunami* disasters over the years. People of Tohoku learned from these disasters a lesson called "*Tsunami* Tendenko, Inochi Tendenko." The word "tenden" means, "You are on your own." And then "ko" is attached at the end, because that is the Tohoku dialect. The lesson is, "You must run away on your own, when *tsunami* hits." You must first protect your own life and not wait for your families and friends.

"How selfish to try to save just yourself," other people might think. But they do not know the terror of a *tsunami*. *Tsunami* travels at the speed of an airplane at a depth of 5000 meters and of a bullet train at a depth of 500 meters. By the time you actually see a *tsunami*, it is too late to run. There would be no time to hesitate. You must just run. And trust that your family and loved ones are also running in "tendenko." Everyone must run on their own without looking back. That is how the most number of lives will be saved.

"*Tsunami* Tendenko, Inochi Tendenko." It represents Tohoku people's strong will to survive, after suffering through a long history of *tsunami* disasters.

海啸来时，各奔东西

东北地方的三陆海域，迄今发生过数次巨大的海啸。累积了数次从恐怖海啸中生还的经验，东北地方的人们的防灾意识就是"海啸来时各奔东西。保命得靠自己"。"てんでん"表示"分别、每个人"之意。东北方言会加上"こ"。这个防灾意识要传达的讯息是"当海啸发生时，不要管自己的家人和朋友，自己一个人逃命。"

也许会有人觉得"自己逃命，这种话很无情"。然而，这是完全不了解恐怖的海啸之人的想法。海啸在水深5千米处以飞机的速度，到水深500米处，以新干线的速度迎面而来。看到海啸后再逃跑，基本上就来不及了。没有犹豫的时间，总之就是逃。你得相信家人和对你来说很重要的人，也会"各奔东西"般地逃命。

正因为每个人不回头努力逃命，许多生命才得以拯救。

"海啸来时各奔东西。保命得靠自己"。长久以来饱受海啸所苦的东北人，其忍受困难的坚强意志都融入这个防灾意识里了。

Sóng thần đến hãy lo cho mình trước

Ngoài khơi Sanriku của vùng Đông Bắc là nơi đã chịu nhiều thiệt hại từ những trận sóng thần lớn từ trước đến nay. Nhiều người dân vùng Đông Bắc đã có nhiều kinh nghiệm trong việc chạy trốn từ những trận sóng thần đáng sợ đã có giáo huấn rằng "khi sóng thần đến thì hãy lo cho mình, hãy chạy trước để cứu lấy tính mạng". "Tenden" có nghĩa là "từng người, từng người một". Đằng sau từ này người ta thêm từ "ko" vào để trở thành phương ngữ của tỉnh Đông Bắc. Tóm lại, lời giáo huấn này có nghĩa là "khi xảy ra sóng thần thì người nhà, người thân thì cũng mặc kệ, bản thân mình hãy tự lo chạy trước để cứu lấy thân".

Cũng có nhiều người nghĩ "chỉ lo cho bản thân mình trước, như thế thì có tuyệt tình quá không?". Nhưng đó là cách suy nghĩ của những người chưa biết đến nỗi đáng sợ của sóng thần. Sóng thần với độ sâu 5000 mét thì tốc độ di chuyển bằng tốc độ của máy bay, độ sâu 500 mét thì tốc độ bằng tốc độ di chuyển của shinkansen. Nên nếu nhìn thấy sóng thần rồi mới bắt đầu chạy thì sẽ không kịp. Chúng ta không có thời gian chần chừ. Vì vậy, cứ chạy trước đã. Gia đình hay người thân cũng vậy, ai cũng biết điều đó nên "tự lo chạy trước". Từng người từng người không chần chừ quay lại, thì ngược lại số người an toàn càng nhiều.

"Sóng thần đến, tự lo lấy thân". Đây là lời kinh nghiệm được đúc kết từ những kinh nghiệm chống chọi sóng thần của người dân vùng Đông Bắc, chất chứa một tinh thần mạnh mẽ vươn lên trước mọi khó khăn.

もっと読んでみよう❷：五重塔からスカイツリーへ (p.46)
From Pagoda to Skytree

This is a five-storied pagoda at the Horyu temple in Nara Prefecture. It is the oldest wooden tower in the world, built in the 7th century. Twenty-two five-storied pagodas were built all over Japan in or before the Edo Period (1603-1868), but none has been destroyed by an earthquake, according to records. The tallest is 54.8 m high and is at the Toji Temple in Kyoto. How did it survive through many earthquakes?

The pagoda is supported by 16 columns. At the center is another column called "shimbashira." It is said that this center column dampens the seismic shaking. Scientists at the National Research Institute for Earth Science and Disaster Resilience in Tsukuba City ran experiments in 2004 and 2006. They created a replica of the five-storied pagoda, that was one-fifth in size, and exposed it to shaking. The center column, however, did not make any difference on whether the model stood or broke. So the mystery remains on how the pagoda withstands the earthquakes.

Today, the Tokyo Skytree stands 634 meters tall in Tokyo. The Skytree also features an advanced system with a center column, made of reinforced concrete, that protects the world's tallest telecommunications tower from earthquakes. The design team that worked on the Skytree named this column "shimbashira" after the five-storied pagodas that have withstood earthquakes.

From pagodas to Skytree. There may be technological innovations, but people's hopes and wishes remain the same.

从五重塔到东京晴空塔

这是位于奈良县法隆寺的五重塔。世界最古老的木造塔，建于7世纪。

在日本，江户时代（1603-1868）前建造的五重塔有22座，迄今都没有因为地震倒塌的记录。最高甚至达到54.8米（东寺・京都）的塔，为什么历经数次地震都没倒塌？

五重塔被16根柱子支撑着，中心贯穿一根称为"心柱"的柱子。有人认为这根心柱有防止地震摇晃的效果。2004年和2006年，筑波市的防灾科学技术研究所进行了一项实验，就是晃动样式跟法隆寺五重塔相同的5分之1大小的模型。然而，不论有没有心柱，模型会不会被损坏这点都没有改变。也就是说，五重塔为何如此耐震，仍谜团重重。

目前，在东京矗立了一座高达634米的东京晴空塔。晴空塔中心也有一根钢筋水泥柱，利用这根柱子的最新设计，能防止世界最高的电波塔不受地震灾害。晴空塔的设计团队仿效耐震的五重塔，把这根柱子命名为"心柱"。

从五重塔到东京晴空塔。即使技术革新，概念仍延续至今。

Chùa tháp 5 tầng phát triển thành tháp Skytree

Đây là Chùa Pháp Long Tự (Horyuji) năm tầng nằm tại tỉnh Nara. Ngôi chùa này là kiến trúc gỗ cổ nhất trên thế giới được xây dựng vào thế kỷ thứ 7. Hiện tại ở Nhật Bản có 22 ngôi chùa cổ năm tầng được xây dựng trước thời Edo (1603-1868), từ trước đến giờ chưa có một ghi chép nào nói có một ngôi chùa nào đổ trong những trận động đất. Ngôi chùa cao nhất cao 54.8m (chùa Toji ở Kyoto) đã trải qua bao trận động đất nhưng không bị đổ, vậy thì lý do tại sao? Chùa tháp 5 tầng được chống đỡ bằng 16 cây cột, trong đó có cây cột xuyên suốt tâm tháp, người ta gọi là "cột tâm". Có thuyết nói rằng cột tâm này có tác dụng chế ngự rung lắc của những trận động đất. Vào năm 2004 và 2006, ở trung tâm nghiên cứu kỹ thuật phòng chống thiên tai thành phố Tsukuba đã thực hành thí nghiệm trên mô hình thu nhỏ với tỷ lệ 1:5 của ngôi tháp 5 tầng Horyuji. Tuy nhiên, về giả thiết mô hình có đổ hay không đổ, thì dù có cột tâm hay không có thì vẫn cho cùng một kết quả. Hay nói cách khác, lý do tại sao những ngôi chùa 5 tầng lại mạnh với những trận động đất vẫn còn là những bí ẩn.

Ngày nay, giữa thủ đô Tokyo mọc lên tháp Skytree Tokyo nổi tiếng với độ cao 634m. Toà tháp này có cột bằng bê-tông cốt thép nằm tại trung tâm. Hệ thống tối tân được dùng từ cột này bảo vệ tháp phát sóng cao nhất thế giới này khỏi những trận động đất. Nhóm thiết kế Skytree đã lấy ý tưởng từ tháp 5 tầng có sức chịu những trận động đất để thiết kế và đặt tên cột này là "cột tâm" Từ Chùa tháp 5 tầng phát triển thành Skytree. Kỹ thuật có cải tiến nhưng "cái tâm" vẫn được truyền đến ngày nay.

Chapter 3 美

Lesson 1：今年の漢字 (p.52)

Kanji of the Year

Each year in every country, events are held for looking back on the year that is ending and for looking forward to the new year. Some are traditional, and others are new. In Japan, there are events for picking the top 10 news, the best song, and the commercial of the year.

The Japan Kanji Aptitude Testing Foundation holds the annual "Kanji no Hi"(Kanji Day) on December 12. The organization asks the public to choose and submit a kanji character that best represents the year. The character with the largest number of submissions will be the Kanji of the Year. The selection is announced at the Shimizu Temple, a World Heritage Site, in Kyoto, by a temple's monk who writes the character on an extra-large sheet of paper with brush-and-ink calligraphy.

Kanji of the Year in 2017 was 北 (north). It ranked No. 1 with around 7,000 votes out of more than 150,000. In 2017, Japan was threatened by missiles from 北朝鮮 (North Korea) that dropped on 北海道沖 (the coast of Hokkaido). Also, the character 北 looks like a picture of two people standing with their backs turned on each other. It represents the direction of the cold and connotes turning one's back and running away. Think of words like 敗北 (defeat) and 背 (back). They feature the character 北.

The annual event was launched in 1995 and held for the 24th time in 2018. The 24 characters selected to date are as below. The first Kanji of the Year in 1995 was 震. People were truly shaken (震) by a massive earthquake and sarin attack by the AUM Shinrikyo cult.

People in China, where kanji characters originated, and Taiwan have also been selecting their own Kanji of the Year since 2006 and 2008, respectively.

今年的汉字

一到年末，不管是哪个国家都有许多为迎接新年或回顾一整年的活动。除了传统的活动之外，也出现了很多新的活动。在日本，选出该年度的十大新闻、最动听的歌曲、最好的广告等，是回顾一整年的活动。

日本汉字能力检定协会把 12 月 12 号定为"汉字之日"。每年公开募集"今年的汉字"，就是用一个汉字来表示那一年的社会情况，然后发表募集到最多的汉字。在因成为世界遗产而闻名的京都清水寺中发表，该寺庙的僧侣会用毛笔在一张巨大的纸上。

2017 年的"今年的汉字"是"北"。在超过 15 万票的募集中，约有 7 千票是"北"，成为第 1 名。2017 年"北朝鲜"的导弹掉进"北海道的海域里"，是个让日本人感到不安的一年。

"北"这个汉字为两个人背对背站立的样子。除了表示寒冷的方位，也带有"不理睬或背叛对方"、"背向对方逃跑"之意。因此"败北（打败仗）"、"背（背）"等词语里也用了"北"。

这个活动始于 1995 年，到 2018 年已经举行 24 次了。以下是之前选出的 24 个汉字。第 1 次举办的 1995 年选出了"震"，日本在那一年发生了大地震和奥姆真理教事件，人们被这些恐惧给"震慑"的缘故。

汉字的起源地－－中国也在 2006 年、台湾则在 2008 年跟日本一样，一到年末就会选出"今年的汉字"。

Hán tự của năm

Cứ dịp cuối năm, ở bất kỳ một quốc gia nào đi nữa cũng có những sự kiện để đón năm mới và sự kiện để ôn lại một năm. Ngoài những sự kiện mang tính truyền thống, cũng có nhiều sự kiện mới được hình thành. Những sự kiện ôn lại một năm của Nhật Bản là sự kiện tuyển chọn 10 tin tức lớn, bản nhạc được ưa thích hay quảng cáo hay nhất của năm đó.

Hiệp hội kiểm định năng lực Hán tự Nhật Bản đã chọn ngày 12 tháng 12 là "ngày Hán tự". Mỗi năm, Hiệp hội sẽ kêu gọi bình chọn "Hán tự của năm", một Hán tự nhưng nói lên nét được xu thế của năm đó. Việc công bố được tổ chức tại ngôi chùa di sản thế giới Kyomizu nổi tiếng ở Kyoto. Các tăng lữ tại ngôi chùa này sẽ viết bằng bút lông trên nền giấy cực lớn.

"Hán tự của năm" năm 2017 là từ "Bắc". Từ "Bắc" chiếm khoảng 7000 phiếu bầu trong hơn 150 ngàn phiếu trong kết quả bình chọn và đã giành vị trí thứ nhất. Năm 2017, tên lửa của "Bắc" Triều Tiên đã rơi xuống biển ngoài khơi "Hokkaido" làm cho người dân Nhật Bản lo sợ. Từ "Bắc" (北) là Hán tự có hình dáng hai người đứng quay lưng lại với nhau, không chỉ diễn tả ý nghĩa lạnh lẽo về mặt phương hướng, mà còn diễn tả ý nghĩa "quay lưng lại với đối phương" hay "quay lưng và chạy trốn". Vì vậy từ "thua và bỏ chạy" (敗北) hay từ "cái lưng" (背) đều có từ "bắc" trong đó. Sự kiện này được bắt đầu từ năm 1995, và năm 2018 là năm thứ 24. Dưới đây là 24 Hán tự được lựa chọn từ trước đến giờ. Lần thứ nhất vào năm 1995, từ "chấn" (震) được bình chọn. Năm đó ở Nhật Bản xảy ra trận động đất lớn và vụ án do giáo phái cuồng tín Aum gây ra làm cho mọi người run sợ. (từ "run sợ được viết bằng Hán tự "chấn" có nghĩa là run sợ)

Là cha sinh mẹ đẻ của Hán tự, Trung Quốc cũng bắt đầu bình chọn "Hán tự của năm" từ năm 2006, Đài Loan bắt đầu từ 2008 cứ mỗi dịp cuối năm.

Lesson 2：虫の声？ 虫の音？ (p.58)

Voice of Insects or Sounds of Insects?

Tadanobu Tsunoda (1926-), a Japanese medical doctor, attended an international conference in Cuba in 1987. He met people from many countries there. That day, he heard the sound of a large number of insects outside and asked "what insect am I hearing?" He did not think much about the question he was asking, because it was customary for a Japanese person to enjoy the seasons by listening to the sounds of various insects. But other people at the conference seem to wonder what he was talking about and said they did not hear anything. Dr. Tsunoda became curious and started working on some medical experiments.

Humans have right and left brains. The right brain is used for listening to music and sounds of machines, while the left brain is used for hearing words. The right brain is referred to as the music brain, while the left brain is referred to as the language brain.

This fact about the brain functions are true for both people from Japan and other countries. However, Dr. Tsunoda has discovered that Japanese people would hear the insect sounds using their left brain, as though they were hearing a voice or spoken words, while people from abroad would hear the same sounds using their right brain, as though they came from a musical instrument or a piece of machine. In fact, Japanese people use different names for cicadas according to the sounds they make. Those heard in the hot time of the summer are みんみんぜみ (Minmin-zemi), while the ones in a cooler time are かなかな (Kanakana). Children in Japan learn in school a song called "Mushi no Koe" (Sounds of Insects), in which insects make the sounds like リンリンリンリン (rin-rin-rin-rin), キリキリキリキリ (kiri-kiri-kiri-kiri), and ガチャガチャガチャガチャ (gacha-gacha-gacha-gacha) in an autumn evening.

The experiment showed that only the subjects from Japan and Polynesia used their left brains. The experiments also showed that a Japanese person born and raised abroad without speaking Japanese did not hear the sound of an insect as though it were a human voice.

虫声？虫音？

日本的医学家--角田忠信先生（1926～），1987年参加了在古巴（Cuba）举行的国际会议。会场中聚集了各国人士。那天外面的虫鸣不绝于耳，角田先生便问身旁的人"那是什么虫？"。日本自古以来就有听虫声来感受季节变化的习惯，对于角田先生来说，这是再自然不过的问题了。然而，大家都惊讶地说"什么也没听到"。对于相同的声音，是否有些人注意得到，有些人注意不到呢。角田先生觉得这个现象很有意思，便开始进行医学实验。

人类有左脑和右脑，我们用右脑听音乐和机械声，用左脑听人类的语言。因此，右脑又被称为"音乐脑"，左脑被称为"语言脑"。

关于这点，不论是参加实验的外国人或日本人都相同。然而，实验证明，对虫鸣或动物的叫声，外国人是用右脑听乐器和机械声那样，日本人则是像左脑听声音或语言那样感知到的。的确，日本人连在盛夏鸣叫的"みんみんぜみ（蝘蟟）"和秋凉时鸣叫的"かなかな（茅蜩）"等的蝉的名字都用其叫声来命名。孩子们在小学里学的《虫鸣》这首歌的歌词就写到，秋夜里，昆虫们"铃铃铃铃"、"唧唧唧唧"、"轧织轧织轧织轧织"地鸣叫着。

实验结果发现，只有日本人和波利尼西亚人有相同的现象，此外，即便是日本人，如果是在外国出生且不说日语的话，也无法像听语言那般地感受到虫鸣。

Tiếng của côn trùng? Âm thanh côn trùng?

Bác sĩ y khoa Nhật Bản Tsunoda Tadanobu (1926 ~) đã tham gia hội nghị khoa học quốc tế tổ chức tại Cuba năm 1987. Tại hội nghị có nhiều nhà khoa học từ nhiều quốc gia đến tham gia. Ngày đó, bên ngoài côn trùng kêu râm ran, ông Tsunoda đã hỏi mọi người xung quang "đó là loại côn trùng nào?". Từ ngày xưa Nhật Bản có thói quen nghe tiếng côn trùng để cảm nhận sự thay đổi thời tiết, đối với ông Tsunoda đó là một câu hỏi vô tình. Tuy nhiên, mọi người nhìn có vẻ bất ngờ và trả lời là không nghe thấy gì. Cùng một âm thanh nhưng có người nhận biết được nhưng có người lại không nhận biết được. Ông Tsunoda đã cảm thấy thú vị và đã bắt đầu công trình nghiên cứu khoa học.

Con người có não trái và não phải, âm nhạc và tiếng máy móc nhận biết bằng não phải, tiếng nói của con người nhận biết bằng não trái. Não phải được gọi là "não âm nhạc", còn não trái là "não ngôn ngữ".

Về quan điểm này, người Nhật và người nước ngoài tham gia thí nghiệm này đều giống nhau. Tuy nhiên, trong thí nghiệm này ông đã biết được người nước ngoài nghe tiếng côn trùng và động vật bằng não phải, giống như nghe tiếng máy móc và nhạc cụ, còn người Nhật thì nghe bằng não trái, giống như nghe tiếng nói và ngôn ngữ. Thật vậy, những giống ve kêu vào những ngày hè nóng thì gọi là "ve sầu" (minmin zemi), những giống ve kêu khi trời bắt đầu trở mát thì gọi là "ve chiều" (kanakana), tên của chúng được gọi theo tiếng kêu. "Tiếng kêu của côn trùng" mà trẻ em học được qua những bài hát ở trường tiểu học là những côn trùng kêu "rin rin rin rin" hay "kiri kiri kiri" hay "gacha gacha gacha" vào những tối mùa thu.

Trong thí nghiệm, hiện tượng này chỉ người Nhật và người Polynesia có thể thấy được. Vì vậy, đối với những người Nhật sinh ra và lớn lên ở nước ngoài, không nói tiếng Nhật thì cho dù khi nghe tiếng côn trùng kêu đi chăng nữa cũng không thể nghe được giống như ngôn ngữ.

もっと読んでみよう❶：耳をすませて (p.61)

Listen with attention

In the Japanese language, the sound of rainfall could be ぽつぽつ (potsu-potsu) or しとしと (shito-shito) or ざあざあ (zaa-zaa), while the sound of blowing wind could be そよそよ (soyo-soyo) or ざわざわ (zawa-zawa) or びゅうびゅう (byu-byu). Try to imagine how the rain falls or the wind blows with each sound. These sounds are called onomatopoeia and also found in other languages, like English, but it is said there are three to five times more onomatopoeia in Japanese than in English. This is a significant aspect of the Japanese language.

When it starts to rain sparsely, the sound is ぽつぽつ. A quiet rainfall is しとしと. An intense rainfall is ざあざあ. A gentle wind is そよそよ, while a wind rustling leaves and trees is ざわざわ. A strong wind is びゅうびゅう. These are all the sounds of nature that speak to us like spoken language.

Other sounds of nature include ごろごろ (goro-goro) and しんしん (shin-shin) and ざぶんざぶん (zabun-zabun). Listen and figure out which sound represents ocean waves, snowfall, or a thunder.

侧耳倾听

日文里，雨会"滴答滴答"、"淅沥淅沥"、"哗啦哗啦"地下，风会"徐徐"、"沙沙"、"呼呼"地吹。请想象一下是什么样的下雨和刮风的方式吧。这种拟声语在英语等外语中也有，但是，据说日语的拟声语，就是把听到的声音如实重复出来的词语的数量，是英语的3到5倍，这也成为其语言和文化的特色之一。

刚开始下的稀稀拉拉的雨是"滴滴答答"的，静静下着的雨是"淅沥淅沥"的，倾盆大雨是"哗啦哗啦"的。轻柔的风是"徐徐"的，晃动小草和树枝的风是"沙沙"的，强风则是"呼呼"的。大自然成为语言，对着我们诉说衷曲。

"隆隆"、"簌簌"、"哗啦哗啦"，这些也是表示自然现象的拟声语。请仔细聆听哪个是海浪，哪个是雪，哪个是雷吧。

Hãy lắng nghe

Trong tiếng Nhật, nếu như tiếng mưa "lộp độp", "rì rào", "ào ào", thì tiếng gió thổi "vi vu", "lạo xạo", "vù vù". Các bạn hãy tưởng tượng ứng với từng từ ngữ thì có những cơn mưa, cơn gió như thế nào? Những từ tượng thanh như thế này cũng có trong tiếng nước ngoài như tiếng Anh, nhưng người ta nói số lượng từ tượng thanh lặp đi lặp lại để miêu tả những gì mình nghe thấy được trong tiếng Nhật gấp 3 đến 5 lần tiếng Anh, đây là một đặc trưng của ngôn ngữ và văn hoá.

Tiếng mưa rơi nhẹ khi trời mới bắt đầu chuyển mưa thì ta nghe thấy tiếng "lộp độp", mưa khẽ nhẹ rơi thì ta nghe thấy tiếng mưa rơi "rì rào", còn mưa to mạnh thì ta nghe thấy tiếng mưa rơi "ào ào", tiếng gió nhẹ thổi ta nghe thấy tiếng "vi vu", gió làm rung cành cây ngọn cỏ thì ta nghe thấy tiếng "lạo xạo", còn những cơn gió mạnh thì ta nghe thấy tiếng "vù vù", thế giới tự nhiên trở thành ngôn ngữ để nói chuyện với chúng ta.

Tiếng "ì ầm", "lộp độp", "rì rào", là những từ tượng thanh thể hiện âm thanh những hiện tượng tự nhiên. Bạn hãy lắng nghe để phân biệt đâu là tiếng sóng, đâu là tiếng tuyết rơi, đâu là tiếng sấm chớp.

もっと読んでみよう❷：古典文学と虫たち (p.62)

Insects in the Classical Literature

"Genji Monogatari (The Tale of Genji)" and "Makuranosoushi (The Pillow Book)" are Works of Japanese literature from the Heian Period (798-1185), and they are read by people all over the world. Both works mention Japanese people's custom of listening to the sounds of insects.

The Tale of Genji is a story of a noblemen Hikaru Genji and

his many love affairs with women. In one story, Hikaru Genji releases many bell crickets and pine crickets into his lover's garden. He wants to listen to the sounds of insects and enjoy the autumn season with the woman he loves. Autumn evenings in Japan are famous for the beautiful moon, but it would not be half as enjoyable without the sound of crickets. The custom of keeping these insects for their sounds remains to this day at, for example, the Suzumushi Temple in Kyoto.

Makuranosoushi is a series of essays about life. The author pays special attention on the sounds of insect in a phrase "Mushi wa suzumushi. Higurashi. Cho. Matsumushi." She also describes the sounds of a bagworm as "Chichiyo,chichiyo." Bagworm is a monster's child, and its father has abandoned the child in whom he saw the same heart of a master as he. The author pities the bagworm, which does not realize it has been abandoned. It keeps calling for its father with the sound "Chichi yo,chichi yo." It is very much in keeping with the Japanese way of feeling ---to hear the sound of an insect as though it were human words.

古典文学和小虫们

全世界的人都阅读的日本文学中，属于平安时期（794-1185）的古典文学有《源氏物语》和《枕草子》。不论哪部作品里都写了日本人听虫鸣的习惯。

《源氏物语》是光源氏这位贵族和女性之间的恋爱故事。有个场景描写光源氏把金钟儿和金琵琶放到某位女性家的庭院里。跟自己心爱的人，一边听着虫鸣一边享受浓浓的秋意。日本的秋天也流行赏月，没有虫声相伴，乐趣就减半了。直到现在，京都的铃虫寺等还保留为了听虫鸣而养虫的习惯。

《枕草子》是一本描写各种物品的散文。其中作者特别关注虫子和虫鸣。"虫是金钟儿。茅蜩。蝴蝶。金琵琶。……。"作者用"ちちょ、ちちょ"来描写结草虫的鸣声。有一段是这么描写的。结草虫是妖怪的孩子，它担心孩子跟自己一样有妖怪的心，便离开了孩子。不知情的结草虫宝宝可怜地叫着"父よ、父よ（爸爸啊、爸爸啊）"。注："ちちょ"与"父よ"发音相同。

作品里把虫鸣比喻成人的语言，这也是日本人才会有的想法吧。

Văn học cổ điển và côn trùng

Những tác phẩm văn học Nhật Bản được nhiều người trên thế giới yêu đọc, trong nền văn học cổ đại thời Heian (794-1185), có tác phẩm "Genjimonogatari" và "Chẩm Thảo Tử". Cả hai tác phẩm thì tác phẩm nào cũng viết về thói quen nghe tiếng côn trùng kêu của người Nhật.

Tác phẩm "Genjimonogatari" là truyện kể về chuyện tình cảm của chàng hoàng tử trong dòng họ quý tộc có tên là Hikaru Genji với các cô gái. Trong tác phẩm có đoạn chàng Hikaru Genji thả cho dế đeo chuông và dế mèn vào trong vườn của các cô gái. Cùng với người yêu vừa nghe tiếng côn trùng kêu vừa tận hưởng khí thu. Vào thu Nhật Bản, việc ngắm trăng là một việc rất nổi tiếng nhưng nếu thiếu đi tiếng côn trùng kêu thì cái thú vui ấy giảm đi một nửa. Để có thể nghe được tiếng đó, người ta sinh ra thói quen nuôi côn trùng, hiện nay thói quen ấy vẫn còn ở ngôi chùa Suzumushidera, Kyoto.

Tác phẩm "Chẩm Thảo Tử" là tuỳ bút viết về nhiều vấn đề. Trong đó, tác giả tập trung vào tiếng côn trùng kêu như "tiếng dế đeo chuông, ve sầu, bướm, dế,...". Sâu áo tơi là con của quỷ, người cha lo sợ khi biết con mình cũng giống như mình có trái tim quỷ và đã bỏ chạy. Con sâu áo tơi không biết được điều đó, kêu "cha ơi, cha ơi" rất thảm thiết.

Ở đây, có những ý tưởng rất Nhật Bản xem tiếng kêu côn trùng giống như tiếng nói của con người.

Lesson3：人生は旅 (p.66)
<small>じんせい たび</small>

Life is a Journey

Furuike ya   Kawazu tobikomu   Mizu no oto

This is a famous *haiku*, found in elementary-school textbooks by Matsuo Basho (1644-1694). It is said that this poem revolutionized *haiku*. The convention before this *haiku* was for poets to write about the sound that a frog made. Instead, Basho wrote about the sound of a frog jumping into water to create in a reader's mind an image evoked by that sound.

Matsuo Basho lived in the Edo Period (1603-1868). He is known as a poet saint. Basho traveled and wrote a large number of *haiku*. In "Okunohosomichi," he recorded his travels along the Pacific Ocean and Sea of Japan. Basho traveled frequently around the Mie Prefecture where he was born. Then he traveled for the first time to what is the Tohoku Area today for "Okunohosomichi."

In March 1689, Basho left for the trip with one assistant. He visited famous places and historical sites that he had never been to before and wrote more than 50 poems. In August of that year, he arrived in Ohgaki in Gifu Prefecture after five months of journey over 2400 km.

He met many new student on this journey and wrote a large number of famous *haiku*. For example, in a mountain temple in Yamagata Prefecture, he wrote *Shizukasa ya Iwa ni shimiiru Mushi no koe*. Hiraizumi in Iwate Prefecture was an area, where the Oushu Fujiwara family prospered for three generations but was attacked and defeated by Minamoto Yoritomo (1147-1199). Basho was 45 years old when he was there. He saw weed growing all over an old battlefield and wrote *Natsukusa ya Tsuwamono domo ga Yume no ato*. He thought about all the samurai who died there a long time ago and the ephemeral nature of life. In Niigata Prefecture, he wrote *Araumi ya Sado ni yokotau Amanogawa*. This poem evokes the image of a huge seascape. He described the Milky Way spreading above the tall waves of the Sea of Japan, between Sado Island and Niigata. It is one of the most famous *haiku* from Okunohosomichi.

In the introductory section of "Okunohosomichi," Basho wrote that life is definitely like a journey for humans living their days and months. All journeys eventually come to an end. Let us hope we will look back on our journey as a good one when it comes to an end.

人生即旅程

〈古池や　蛙飛びこむ　水の音（古池 蛙跃于内 传清响〉
这是出现在小学教科书里有名的俳句。

写这首俳句的诗人名为松尾芭蕉（1644-1694）。人们认为这首俳句给俳句开创了崭新的世界。在这首俳句出现之前，诗人一般吟咏蛙鸣，然而芭蕉却聚焦于青蛙跃入水中的声音，并让读者自己想象那个声音，开始了咏"音"。

松尾芭蕉是江户时代（1603-1868）的人，被称为"俳圣"。芭蕉边旅行边创作大量的俳句。《おくのほそ道（奥之细道）》是芭蕉沿着太平洋和日本海徒步旅行时的记录。芭蕉经常从出生地的三重县展开旅程，当时是第一次到现在的东北地区。1689年3月，芭蕉带着一名弟子，展开了《おくのほそ道（奥之细道）》的旅程。他们走访了以前从未到过的有名之处和历史中著名的场所，创作出50首以上的俳句。同年8月，在抵达岐阜县的大垣后，结束了历时5个月超过2400公里的旅程。

旅程中，芭蕉还在各地收了门生，并创作出许多有名的俳句。譬如
〈閑かさや　岩にしみ入る　蝉の声（山野静 蝉鸣声 声沁岩石中）〉
这首俳句就是在山形县的山寺里写的。

奥州藤原氏在延续了三代的繁荣后，在岩手县平泉这个地方被源赖朝（1147-1199）攻灭。芭蕉当时45岁，看到古战场上杂草莽莽，便吟咏出

〈夏草や　兵どもが　夢の跡(夏草萋萋　武士们　昔日的荣光)〉
想到昔日战死于此的武士后，感受到人生有如梦幻一场。
在新潟县写了一首境界广阔的俳句。
〈荒海や　佐渡によこたふ　天河（汹涌海涛中　佐渡岛　横亘其上为银河)〉
这首俳句是《おくのほそ道（奥之细道）》里最具代表性的俳句之一，描写佐渡岛和新潟间那海涛汹涌的日本海的上空中横亘着一条银河的景象。芭蕉在《おくのほそ道（奥之细道）》的开头写着，"岁月，犹如永远在旅途中的旅人"。的确，对在"岁月"中度日的人们来说，一生跟旅程没有什么两样。旅程结束的那天一定会来临。到那个时候，希望能了无遗憾。

Cuộc đời là những chuyến đi

"Ao cũ　con ếch nhảy vào　vang tiếng nước"
Đây là bài thơ haiku nổi tiếng được đưa vào sách giáo khoa ở trường tiểu học.
Nhà thơ đã viết bài thơ này là Matsuo Basho (1644 - 1694). Bài thơ này được cho là đã tạo nên một thế giới mới trong làng thơ Haiku. Từ trước, việc sáng tác thơ có tiếng ếch kêu là bình thường, Basho đã tập trung vào tiếng con ếch nhảy vào ao cũ, tạo nên một hình ảnh mới về tiếng động cho nhiều thi nhân, từ đó có nhiều bài thơ khác được sáng tác lấy chủ đề tiếng động.
Matsuo Basho là người của thời Edo (1603 - 1868), được tôn là thánh nhân của làng thơ Haiku. Basho đã đi phiêu bạt và cho ra đời nhiều tác phẩm Haiku. Tác phẩm "Oku no hosomichi" (con đường hẹp dẫn đến miền Bắc xa xôi) là tác phẩm miêu tả về chuyến đi của Basho dọc theo biển Nhật Bản và Thái Bình Dương. Basho được sinh ra ở tỉnh Mie, ông lấy nơi sinh của mình làm trung tâm và đi bôn ba rất nhiều nhưng chuyến đi lên vùng Tohoku bấy giờ là lần đầu tiên. Tháng 3 năm 1689, Basho đã dẫn theo một đệ tử đi bôn ba theo "con đường hẹp dẫn đến miền Bắc xa xôi". Ông đã đặt chân đến nhiều địa danh nổi tiếng trong lịch sử mà từ trước đến giờ chưa có dịp đi tới và đã cho ra đời trên 50 tác phẩm thơ Haiku. Và đến tháng 8 cùng năm đó, ông đã đến Ogaki thuộc tỉnh Gifu và kết thúc chuyến đi 5 tháng với tổng hành trình là 2.400 km.
"Tĩnh lặng　thấu xuyên vào đá　tiếng ve sầu"
Đây là bài thơ được sáng tác ở Yamadera thuộc tỉnh Yamagara. Tiểu quốc Hiraizumi thuộc tỉnh Iwate thuộc dòng họ Fujiwara sau 3 đời thịnh vượng, bị Minamoto no Yoritomo (1147 - 1199) tấn công và bị diệt vong. Basho lúc bấy giờ 45 tuổi ông xem những ngọn cỏ mọc rậm rạp trên chiến trường lấy ngẫu hứng viết lên bài thơ sau:
"Cỏ mùa hè　dấu tích giờ còn lại　giấc mộng tráng sĩ"
phải chăng ông hồi tưởng về những tráng sĩ Samurai và xót xa cho kiếp người ngắn ngủi chóng qua.
Ở tỉnh Niigata ông đã sáng tác câu thơ miêu tả ở một tầm nhìn cao hơn, đây là một bài thơ tiêu biểu trong tập thơ "con đường hẹp dẫn đến miền bắc xa xôi" miêu tả hình dáng Ngân Hà trải dài trên biển Nhật Bản nơi có sóng cao nằm giữa tỉnh Niigata và đảo Sado.
"Biển dậy sóng　tràn qua đảo Sado　Dải Ngân hà"
Basho có viết lời mở đầu cho tập thơ "Oku no hosomichi" rằng "tháng ngày giống như người lữ khách đi mãi". Quả thật, đối với "con người sống cùng năm tháng thì cuộc đời đúng là một chuyến đi" Chuyến đi đến một lúc nào đó sẽ kết thúc. Chính vì thế, cố gắng để khi nhìn lại có thể nói rằng đã có một hành trình đầy ý nghĩa.

もっと読んでみよう❶：国際的になったHAIKU （p.69)

Haiku Goes Global

Americans were first exposed to *haiku* at the beginning of 20th century. By the end of the 20th century, American people wrote their own *haiku* in English. *Haiku*, known as the shortest form of poetry in the world, has spread not just to the US but also in Europe and Asia. *Haiku* is taught in elementary schools in the US, UK, France, Hungary, and Thailand. Short poems of around three lines are written in the respective languages of these countries. There are no rules on seasonal words or syllables. *Haiku* competitions are held in the US, Europe, Australia, and other countries.
Mainichi Shinbun launched the Mainichi *Haiku* Competition to commemorate it 25 year anniversary in 1997, and the American poet Patricia Donegan won the second event in the international section.

Spring wind -- I too am dust (*Haru no kaze Ware mata chiri de arinikeri*).

It was a philosophical work. Ms.Donegan is also a scholar who studies the *haiku* poet Kagano Chiyo (1703-1775) from the Edo Period (1603-1868).
Haiku captures the writer's thoughts and feelings and everyday events and scenery in only 17 characters. The reader enjoys the poem by using his or her imaginations and picking up on the poet's thoughts. *Haiku* has captured the hearts of people all over the world because of this joy.

国际化的俳句

俳句是在20世纪初期传到美国，到了20世纪后半就出现了英语俳句。世界上最短的诗－－俳句，不仅在美国，目前在欧洲和亚洲等地也很盛行。美国、英国、法国、匈牙利、泰国等地的初等教育的课程里教俳句，就是用各国的语言写出约三行的短诗。无需加入表示季节的词语，也没有音节的限制。在美国、欧洲和澳大利亚等地，每年都会举办各种俳句大会。
每日新闻为纪念创刊25周年，从1997年开始举办的"每日俳句大赛"，第2次的国际部门优胜者是美国诗人－－窦纳根(Patricia Donegan)。

spring wind- I too am dust（春风　吾　亦为尘)

窦纳根写出了如此其有哲学思想的诗句，她同时也研究江户时代（1603-1868）的俳句诗人－－加贺千代（1703-1775）。
俳句，仅以17个字描写风景和日常的生活琐事，里面融入了许多诗人的想法。读诗的人感受到那些想法进行各种想象，从中获得乐趣。正是那些乐趣，让全世界的人们都为之倾倒吧。

HAIKU trở thành thơ quốc tế

Thơ Haiku được phổ biến tại Mỹ từ đầu thế kỷ 20, vào nửa sau thế kỷ 20, thơ Haiku bằng tiếng Anh được sáng tác. Không chỉ ở Mỹ, thơ Haiku đã trở nên phổ biến rộng rãi trên khắp thế giới như ở Châu Âu, Châu Á, người ta biết đến như là một thể thơ ngắn nhất thế giới. Ở Mỹ, Anh, Pháp, Hungary, Thái Lan... người ta đưa vào giảng dạy thơ Haiku ở các lớp tiểu học. Nhiều bài thơ ngắn 3 dòng được làm bằng ngôn ngữ của các nước. Những bài thơ này được làm mà không theo quy luật có từ ngữ chỉ thời tiết hay quy luật về âm tiết. Tại Mỹ, Châu Âu, Úc.. có nhiều ngày hội thơ Haiku được tổ chức.
Báo Mainichi trong lần kỷ niệm 25 năm thành lập, ban quốc tế đã tổ chức "cuộc thi thơ Haiku Mainichi lần 2", đây là cuộc thi bắt đầu từ năm 1997, người Mỹ Patricia Donegan đã giành giải nhất.

Gió xuân – chúng ta cũng vấy bẩn (Spring wind-I too am dust)

Đây là bà thơ mang tính triết học. Donegan đã nghiên cứu về nữ thi sĩ Kaga no Chiyo (1703-1775) vào thời Edo (1603-1868).
Haiku là thể thơ có nội dung miêu tả những việc xảy ra thường ngày và phong cảnh trong vỏn vẹn 17 chữ, tuy nhiên chất chứa những tâm tư tình cảm của tác giả. Người đọc cảm nhận những tâm tư tình cảm đó theo nhiều lối khác nhau. Cái thú vui đó phải chăng thu hút nhiều con tim trên thế giới.

もっと読んでみよう❷：芭蕉は忍者だった？ (p.70)
Was Basho a *Ninja*?

Matsuo Basho (1644-1694) is considered the greatest poet in the history of Japan. He is also suspected to have been a *ninja*. Basho was born in Iganosato, the famous *ninja* land. There is a theory that the real purpose of the journey described in "Okunohosomichi" was spying.

When he left on the journey, he was 45 years old. He walked approximately 2400 km in five months, which averaged around 16 km of mountain and valley roads every day. People of that period walked much more than today. Nevertheless it was a tremendous distance and speed for someone of his age. Had he been a *ninja*, then he would have trained to walk fast in his youth and developed strong legs.

Five months of traveling would have required a huge expense. Where did that money come from? No records have been found of Basho having any money problems. People were not allowed to travel freely during the Edo Period as we do today. He would have needed to obtain a travel pass, similar to a passport today, issued by each feudal domain. It was very difficult to obtain these travel passes.

The assistant who traveled with him on the Okunohosomichi journey later worked as a spy. So what do you think? Whether he was a *ninja* or not, the Haiku poems he wrote were undisputed masterpieces.

芭蕉是忍者？

松尾芭蕉（1644-1694）是日本历史上最伟大的俳句诗人。不过，有人怀疑他是名忍者。芭蕉生于最有名的忍者村－－伊贺。《奥之细道》的旅程实际上有可能是为了从事间谍活动。

芭蕉在45岁时展开《奥之细道》的旅程。花了5个多月走了约2400公里，平均每天在山路和溪谷里走16公里。就算江户时代的人比今天的人还能走，以他当时的年龄看来，也算相当辛苦的距离和速度了。如果芭蕉是忍者，年轻的时候就学会快步走的秘诀，就有可能成为这种健步如飞的人了。

5个月的旅程得花钱，但是旅费从哪儿来的呢？完全没有旅费短缺的记录。而且江户时代的人不像现在能自由旅行。需要每个藩发行的通行许可证，通行许可证就像现在的护照一样，要拿到通行许可证并不容易。

此外，跟他一起旅行的弟子晚年时当密探。你觉得如何呢？无论芭蕉是否为忍者，他留下了脍炙人口的俳句这件事都不会改变。

Thi sĩ Basho có phải là Ninja không ?

Matsuo Basho (1644-1694) là một thi sĩ Haiku vĩ đại nhất trong lịch sử văn chương Nhật Bản, và người ta cũng nghi ngờ ông là Ninja. Basho được sinh ra ở Iga, là một địa danh nổi tiếng quê hương của Ninja. Chuyến đi theo "con đường hẹp đến phương Bắc xa xôi" phải chăng cũng là một hoạt động gián điệp?

Basho bắt đầu "chuyến đi lên phương Bắc xa xôi" vào năm ông 45 tuổi, ông đã đi bộ khoảng 2,400 km trong vòng 5 tháng. Tính trung bình, mỗi ngày ông đi khoảng 16 km băng qua núi, thung lũng. Cho dù có cho rằng người ngày xưa thời Edo đi bộ nhanh và nhiều hơn người bây giờ, nhưng đối với ông lúc bấy giờ thì quả thật là một chặng đường dài và tốc độ khá nhanh. Nếu như Basho là Ninja, ngay từ thời trẻ ông đã luyện được bí quyết đi nhanh và có đôi chân khỏe thì là một chuyện khác.

Khoảng thời gian năm tháng du hành, chắc chắn rằng phải cần có lộ phí, vậy thì lộ phí ở đâu ra? Không có một ghi chép nào nói ông gặp khó khăn về mặt lộ phí. Và ở thời đại Edo, người ta không thể đi lại dễ dàng như thời bây giờ. Phải cần có sổ thông hành do các thái ấp ban hành. Sổ thông hành giống như hộ chiếu trong thời hiện đại này, để có sổ thông hành thì vô cùng khó khăn.

Hơn nữa, người đệ tử đi cùng với ông trong "chuyến đi lên phương Bắc xa xôi" là người hoạt động ẩn dật trong những năm sau đó. Bạn nghĩ thế nào? Nhưng dù Basho là Ninja hay người thường đi chăng nữa, sự thật ông đã để lại cho đời nhiều tác phẩm Haiku tuyệt đỉnh là điều không thay đổi.

Chapter 4 遊(ゆう)

Lesson1：マンガから未来(みらい)が見(み)える (p.76)

When You Read Manga, You See the Future

Commuters dressed for work read manga on trains. Japanese manga cover a wide range of topics, and grown-ups enjoy reading them. Many popular manga have been turned into anime shows. Tetsuwan Atom, the first serial 30-minutes TV anime show in Japan, was originally a manga.

Atom is a boy robot with the heart of a human. He is smart, can fly, and lifts heavy things. Many people in Japan aspire to creating robots and feel friendly toward humanoid robots, perhaps, because of Atom. There may be robots like Atom in our future. There may be a time when our bodies will be replaced by machines. When we get sick or get hurt, the damaged body part will be replaced with machinery. Once the entire body is replaced, then our body may become a robot. A robot does not get sick or injured. Broken parts will be fixed or replaced. It could be like Cyborg 009. A cyborg has a body of a robot and the heart of a human. A cyborg is never sure if he is a human or a robot.

What kind of robots will we see in the age of artificial intelligence? What would you do if you found out that your loved one was on AI robot? Will you still love it? Humanoid AI robots and humans with robotic bodies may be our future. They do not yet exist in the real world, but there are plenty in the world of manga. Read manga and think about our exciting future.

从漫画中看到未来

在通勤电车里，穿西装的公司职员读着漫画。日本漫画的种类繁多，即便是成年人，读起来也会觉得很有意思。多数受欢迎的漫画成为动画片。《铁腕阿童木》是日本第一部制作成连续播放三十分钟的电视动画片的漫画。

阿童木是个像小男孩一样的机器人，跟人一样有心。头脑好，能在空中飞，能搬重物，是个心地善良且乐于助人的机器人。日本人之所以想制造机器人，对人形机器人有亲近感，或许是拜"阿童木"所赐吧。

像"阿童木"那样的机器人，可能会在未来的世界里大显身手吧。说不定我们的身体变成机械的时代会来临。不管生病还是受伤，把损坏的部分换成机械即可。整个身体都是机械的话，我们的身体就变成机器了。变成机器人就不会生病也不会受伤。坏掉了还能修理或换零件。就像《人造人009》所描绘的世界那样。赛博格有人的心，身体却是机器人。既非人，也非机器人，这点让他们感到相当的困扰。

AI（人工智能）的时代来临后，会出现什么样的机器人呢？如果你知道自己的恋人是机器人，你还会爱他吗？

未来，或许有像人类一样的人工智能机器人，或是身体是机器人的人类吧。现在我们还无法看到的世界，在漫画的世界中已成为现实。读着漫画想着未来，你不觉得很令人兴奋吗？

Nhìn về tương lai qua Manga

Trên xe điện đi làm, có thể thấy nhiều nhân viên công ty mặc vét đọc manga. Manga (truyện tranh) Nhật Bản có nhiều thể loại, người lớn đọc cũng cảm thấy thú vị. Những manga được ưa thích thì thường được làm phim hoạt hình. Manga được làm thành phim hoạt hình dài tập có độ dài 30 phút trình chiếu trên truyền hình Nhật Bản lần đầu tiên là phim "Siêu nhí Atom" (Astro Boy)*. Atom là cậu bé rô-bốt, nhưng có trái tim giống con người. Cậu bé rất thông minh, bay được và nhấc được những vật nặng. Cậu bé rất tốt bụng và biết giúp đỡ người khác.Việc người Nhật muốn chế tạo rô-bốt hay có cảm tình với những rô-bốt có hình dạng con người có lẽ nhờ vào Atom.

Trong tương lai, thế giới chắc chắn sẽ biến chuyển trở thành nơi mà những rô-bốt như Atom có thể phát huy tác dụng. Cũng có thể đó sẽ là thời đại mà cơ thể của chúng ta gắn với những chi tiết máy. Nếu như toàn bộ cơ thể chúng ta trở thành máy móc, thì chẳng phải chúng ta đã biến thành rô-bốt sao?
Nếu trở thành rô-bốt thì chúng ta không lo bị bệnh, bị thương tật. Nếu có bị hư thì cũng có thể sửa được hoặc thay thế. Giống như thế giới của "Cyborg 9"*. Cyborg là nhân vật có trái tim con người nhưng cơ thể là người máy. Không phải người cũng không phải máy móc nên nhiều ưu tư.
Ở thời đại AI (trí tuệ nhân tạo), thì sẽ xuất hiện loại rô-bốt nào? Các bạn nếu biết người yêu của mình là rô-bốt có trí tuệ nhân tạo AI thì các bạn sẽ thế nào? Có thể tiếp tục yêu được không?
Trong tương lai, có thể có xuất hiện rô-bốt AI giống như người hoặc người có cơ thể rô-bốt cũng không chừng. Bây giờ chưa thể biết thế giới sẽ như thế nào, nhưng thế giới manga là hiện thực. Các bạn vừa xem manga vừa nghĩ về tương lai, các bạn có cảm thấy háo hức không?

Lesson2：無限に遊ぶ (p.82)

Infinite Plays

The game of *igo* is played by two people who take turns placing black and white stones on a game board with a 19 X 19 grid. The player who ends up with more territory wins. A stone that gets surrounded by the opponent's stones is lost. The rules are simple, but there are infinite number of plays.

Igo is said to have originated 4000 years ago in China from horoscopes. The board has nine points called stars. The stars at the center represents the center of the heavens, and the stars spread around it. Think of space. It is an infinite playground.

In Japan, *igo* used to be a game of noblemen and *samurai*. Everyone, including children to the old and men and women, enjoys the game today.

Shogi is also a popular game, and it originally spread from ancient India to Japan. There are kanji characters on *shogi* pieces. They have different strengths and ways of moving. A player who captures the king wins.

Professional *go* and *shogi* players are not supposed to speak to the opponent during a game. But they are engaged in wordless conversations through their stones and pieces. They are saying, "I am making a move now," "Hold off. I will be in trouble." "I am moving on your territory," "No you cannot," and "I'll give you one of my stones and also take one of yours next." They are polite but serious. If one finds oneself in a no-win situation, then a clean way to finish the game is to simply admit defeat.

A while ago Master Hifumi Kato, a famous, 77-year-old player, lost against Sota Fujii, a newly minted, 14-year old professional player. The defeat was a big news in Japan, because the 77-year-old had been playing professionally for 63 years since the age of 14. He praised his opponent, saying a 14-year-old is equal to a 77-year-old in the game.

在无限的空间中游戏

围棋这种游戏是两个人轮番把黑子和白子下到19×19大小的棋盘里的线上，赢得最多"地域"的人得胜。若被对手的棋子包围，自己的棋子会被吃掉。规则简单，但"招式"不计其数。

据说围棋是四千年前从中国的占星术演变而来的。棋盘里有9个像"星星"一样的点。正中央的星星宛如天空的中心，从那里扩张出 8 个星星。请想象一下宇宙，是不是感觉好像在无限的空间中游戏一般。

在日本，围棋以前是贵族和武士的游戏，现在从小孩到老人，不论男女，大家都喜爱这个游戏。

象棋也是很受欢迎的游戏。据说发源于古印度，然后传到日本。象棋用的棋子上写着汉字。每个棋子的走法和大小都不尽相同。两个人当中，谁先吃掉对方的"王"就获胜。

围棋和象棋的规矩相同，职业棋士在对战中不能跟对方说话。只能用下棋子的方式进行无声的对话。（我要前进一步了）、（这样不行，我得阻止你）、（我要进你的地域了）、（那里进不得啊）、（给你一个子，但是，等会儿就要吃你一个子）。大家都彬彬有礼地认真对战。这么认真下棋还是输了，就说一声"我输了"，让棋局完美结束。

以前，著名的 77 岁的加藤一二三棋士输给 14 岁的新秀——藤井聪太棋士，这件事成了大新闻。77 岁的棋士也是从 14 岁开始下棋，对战了 63 年。他称赞对手说："在胜负的世界里，14 岁和 77 岁是平等的。"

Chiến đấu vô hạn

"Cờ vây" là loại cờ chơi trên bàn cờ lưới 19 x 19, hai người với hai quân cờ đen, trắng, phần "đất" bên nào nhiều hơn thì bên đó sẽ thắng. Nhưng nếu quân cờ của ta bị đối phương bao vây thì quân cờ của ta sẽ bị ăn. Quy luật thì đơn giản, nhưng "cách chơi" thì đếm không hết.

Có học thuyết nói rằng "cờ vây" ra đời tại Trung Quốc 4000 năm trước do các vị chiêm tinh, trên bàn cờ có 9 điểm ngôi sao. Điểm (ngôi sao) ở giữa tượng trưng cho trời, từ trung tâm 8 ngôi sao khác lan rộng ra. Các bạn hãy thử tưởng tượng ra hình ảnh vũ trụ. Các bạn có cảm giác đang chơi trong một không gian vô hạn không?

Cờ vây ngày xưa là trò chơi của quý tộc và võ sĩ, nhưng ngày nay, già trẻ lớn bé nam nữ đều quen thuộc với trò chơi này.

Cờ tướng cũng là trò chơi được ưa thích, ra đời ở Ấn Độ cổ đại và truyền đến Nhật Bản. Quân cờ sử dụng trong cờ tướng được ghi bằng Hán tự. Tùy theo quân cờ mà cách đi và sức mạnh khác nhau. Một trong hai người, ai có thể chiếm được "quân tướng" của đối phương thì có thể dành chiến thắng.

Luật thi đấu cờ vây và cờ tướng, trong lúc thi đấu kỳ thủ chuyên nghiệp không được nói chuyện với đối phương, nhưng qua cách đặt quân cờ, các kỳ thủ giao tiếp với nhau không thành tiếng. Đi nước cờ, (như thế thì làm khó ta quá, ta sẽ chặn lại), (ta sẽ vào vùng đất của ngươi), (người không thể vào đó được), (ta mất đi một quân, nhưng lần sau ta sẽ lấy lại sau). Mọi người đều lịch sự nhã nhặn và chiến đấu một cách thận trọng. Dù đã cố gắng nhiều nhưng biết mình sẽ thua, lúc đó kỳ thủ nói lên "ta thua rồi" và kết thúc trận đấu một cách yên đẹp.

Trước đây, kỳ thủ nổi tiếng 77 tuổi Kato Hifumi đã thua một kỳ thủ chuyên nghiệp nhí 14 tuổi Fujii Sota, trở thành một sự kiện rình rang. Kỳ thủ 77 tuổi này đã chơi liên tục trong vòng 63 năm từ khi ông 14 tuổi, nhưng ông cũng thốt lên một câu để khen ngợi đối thủ rằng "trong thế giới thắng thua thì 14 tuổi hay 77 tuổi đều bình đẳng".

もっと読んでみよう❶：「だめ」は碁盤の上に (p.85)

Igo terms in Everyday Japanese

Terms from the game of *go* are part of everyday Japanese. Japanese people use these words without realizing where they come from.

Ji (territory) on the board, that get surrounded by the stones, are counted in *me/moku* (liberty). There are many words in Japanese that include the kanji for liberty. For example, "Dame" stands for a liberty where it would not be worth placing a stone. The word "Dame" is a terminology from *go*. "Ichimoku oku" means recognizing another person's abilities and paying respect. This is another *go* term for allowing a weaker player to place the first stone for a handicap. "Shiro-kuro tsukeru" means figuring out the right from wrong. It is another terminology referring to the black and white stones in the game of *go*.

"だめ" 在棋盘上

"だめ"原指围棋中"双方交界处不属于任何一方之处"，后引申出"白费、无用、不行"等意义。

日常生活使用的日语中融入了很多围棋用语，大多数的日本人都无意识地使用那些词语。

棋盘上以棋子包围的"地"用"一目、两目……"来算，因此产生了许多用"目"这个汉字的词语。比如说"駄目"就是"放了棋子也无用的地方"。众所周知的"駄目"就是从围棋而来的。"一目置く"表示承认对方的实力并表达敬意。下围棋时，弱方会先摆一个子儿让步，这个词语由来于此。另外，无论好坏或是非都要弄明白时便说"白黒つける"。这句成语也是从围棋的黑子和白子而来的。

Thuật ngữ "dame" trên bàn cờ vây

Tiếng Nhật trong cuộc sống thường ngày, những thuật ngữ cờ vây dường như đã thấm sâu vào trong ngôn ngữ, nhiều người Nhật sử dụng nhưng dường như không để ý thấy điều đó.

Trên bàn cờ vây, vì để chỉ phần "đất" đã bị quân đối thủ bao vây thì ta đếm theo đơn vị "một mục, hai mục, ...", có nhiều từ sử dụng Hán tự "mục" được hình thành. Ví dụ, từ "dame" có ý nghĩa là "dù có đi quân cờ nhưng cũng không có tác dụng gì", ý nghĩa từ "dame" chúng ta dùng hàng ngày có nguồn gốc từ cờ vây. Thành ngữ "ichimoku oku" có nghĩa là bản thân chấp nhận thực lực bản thân và bày tỏ ý tôn kính. Một trong hai đối tượng, người nào yếu thế hơn sẽ được ưu tiên nước cờ để cân bằng ván đấu. Ngoài ra, khi muốn làm rõ ràng đúng hay sai, xấu hay tốt thì chúng ta dứt khoát để làm sáng tỏ, khi đó chúng ta dùng thành ngữ "shirokuro tsukeru" (làm rõ trắng đen). Đây cũng là thành ngữ trắng và đen có nguồn gốc từ cờ vây.

もっと読んでみよう❷：人工知能の時代も人間らしく (p.86)
Being Human in the Age of AI

People were surprised when a computer beat a professional player in the world of *igo* in 2016 and *shogi* in 2017. It was the result of making an artificial intelligence study countless number of human plays. A computer is able to study in no time all of the infinite number of plays that human players would learn over a long period of time. Nowadays, computers would come up with new plays that human players study.

Humans are susceptible to emotions, unlike the AI. A player who loses a sense of calm may make unforeseen errors. There have been instances in which a computer was unable to match a human opponent making unforeseen errors. Some players are aggressive, while others calmly observe and wait for an opportunity. For now, only humans are able to enjoy playing against an opponent by studying his or her personality. And it is only the humans who are able to empty their mind during the game and forget about their worries.

人工智能的时代更人性化

2016 年是围棋，2017 年是象棋，电脑都赢了专业棋手，让世界震惊。这是把人类无数次的对弈记录到人工智能里的结果。人们花了很长的时间学到无数的"棋局"和"招式"，人工智能只需不一会儿的时间就学完了。现在有时候人类的棋手反而去学习电脑产生出的新招。

人类跟人工智能不同，具有感情。失去了"平常心"，一般不可能下错的棋局也会搞砸。但是人类下错的"招式"，电脑也无法对应，这点倒令人玩味。此外，有些棋手性格积极，有些则习惯静待时机，边摸索对方的个性边下棋，现在，也是只有人类才能理解的乐趣。此外，在对弈中忘却烦心事，呈现一种"忘我"的状态，也是只有人才做得到的。

Thời đại trí tuệ nhân tạo cũng giống con người

Việc máy tính đã thắng kỳ thủ chuyên nghiệp môn cờ vây năm 2016 và môn cờ tướng năm 2017 đã làm cả thế giới bất ngờ. Đây là kết quả của việc làm cho trí tuệ nhân tạo ghi nhớ những màn thi đấu nhiều đến vô kể của con người. Con người chúng ta mất nhiều thời gian để học những kỹ thuật thi đấu không giới hạn nhưng trí tuệ nhân tạo thì chỉ học trong một thoáng. Và rồi, trong thế giới hiện nay máy tính đã sản sinh ra những "kỹ thuật" mới mà ngược lại con người phải học hỏi.

Con người chúng ta khác với trí tuệ nhân tạo là ở chỗ chúng ta có cảm xúc. Khi chúng ta mất "bình tĩnh", ở những lần đối mặt thi đấu tưởng chừng như chúng ta không bao giờ mắc sai lầm vô tình lại dễ dàng gặp phải. Tuy nhiên, có những màn mà con người đi sai nước cờ mà máy tính cũng không thể phản ứng được, đây là một điều thú vị. Ngoài ra, có những trận thi đấu mà kỳ sĩ thi đấu một cách tích cực, hoặc có những kỳ sĩ kiên nhẫn chờ đợi thời cơ, hoặc có những kỳ sĩ hiểu được tính cách của đối phương, cái hay của những trận thi đấu này chỉ có con người mới hiểu được. Và một khi hòa mình vào với trận thi đấu thì con người quên đi ưu tư phiền muộn, trở về trạng thái hư không, điều này chỉ có con người mới làm được.

Lesson 3：お化けはこわい？ (p.90)
Are Ghosts Scary?

In the olden days, people found mystery in the powers of Nature, animals, and plants in the mountains and rivers. They feared and respected these powers. The Nature brought bounty but also took life. Tales about ghosts, monsters, and spirits were strongly tied to people's fear, worries, hopes, and wishes and were handed down for generations. Old Japanese tales about ghosts, monsters, and spirits provide insight into how people lived and what they felt.

Are the ghosts, monsters, and spirits all the same? Are they all supposed to be scary? Ghost stories are commonly found all over the world, and they are usually about the apparition of a dead person. A ghost looks like the person who has died and embodies dead's wish to keep on living although the body is dead. You could find the word which has similar meaning to "yurei" in Japanese all over the world. The English word for *yurei* is ghost. A Japanese ghost would be considered a scary presence, because a dead who has regrets and grudges would appear in front of people to whom they are linked by fate. On the other hand, the modern-day *yokai* (monster) were commonly called *bakemono* or *obake* in the Edo Period (1603-1868). A truly equivalent word to *yokai* is not easily found in another language.

Kunio Yanagida (1875-1962) is considered the founder of Japanese folklore. He defined *obake* as a monster in people's minds. He distinguished a monster from a ghost based on three attributes, which were 1. where, 2. to whom and 3. when it appeared. (1) While a monster always appears at a same location, a ghost may be found anywhere. (2) While a monster does not care who sees it, a ghost chooses for whom it makes an appearance. (3) A monster typically shows up at twilight, while a ghost appears at around 2 AM.

Monsters represent our fear of darkness. They are transformations of animals and other non-humans. Because monsters are a product of human imagination, they come in many forms, including *kappa*, *tengu*, *zashiki-warashi*, etc. Monsters live in rivers and mountains and even a house. Some are terrifying, but most are harmless and comical. There is no need to worry if you encounter a monster. There is an abundance of tales all over Japan about how to chase away monsters. For example, you can build a fox window illustrated on page 89. Look through the window, and you will see through a monster's disguise. Once you realize that a monster is really a fox or a raccoon, it can no longer deceive you. Most monsters, in fact, are not actually scary.

妖怪很恐怖？

自古以来，人们认为山或河等大自然及动植物具有不可思议的力量。人们敬畏那些力量，把它们视为恐怖之物。大自然给人们带来丰裕的生活。与此同时，也是夺去生命令人畏惧的

存在。从以前到现在，人们都说"鬼"、"妖怪"、"妖魔鬼怪"和人的不安、恐惧或愿望密切相关，由人心而生。如果了解日本的"鬼"、"妖怪"、"妖魔鬼怪"，就能了解日本人的心和当时的生活。

然而，"鬼"、"妖怪"、"妖魔鬼怪"是同样的东西吗？全部都很恐怖吗？"鬼"在全世界中有许多共同之处。一般就是死后的人显灵，以生前的样貌出现，肉体消失后还抱着"想活下去"的愿望而来的。跟"鬼"的意思相同的词语，在世界上各个语言里都有。比如英语的"ghost"就是"鬼"。日本的"鬼"是很恐怖的，他们留恋或是怨恨这个世界，出现在跟他们有关系的人的面前。另一方面，现在我们说的"妖怪"，江户时代（1603-1868）被称为"化け物"或"お化け"，在其他国家的语言里很难找到跟"妖怪"意义相同的词语。

日本民俗学之父 — 柳田国南（1875-1962）将人们在心中想象出来的"お化け"称为"妖怪"，并用3点区分"妖怪"，也就是"お化け"和"鬼"的差别。根据他的研究，
"1. 妖怪出现的场所是固定的，不到那里就见不到。但是鬼是自己找来的。2. 妖怪不选择在谁的面前出现，但是鬼会。3. 妖怪在傍晚时出现，但鬼在丑时三刻，也就是凌晨两点左右出现。"

妖怪是我们身处黑漆漆的地方感到害怕或不安时，心中所描绘出的影像，由人以外的动物或物品变成的。这些是每个人的心中的影像，因此实际上有各种不同的样貌，如河童、恶魔、天狗、客厅童子等，它们住在山上、河里或是家里。有些非常恐怖，但是大部分都只是吓吓人，调皮捣蛋并无大害的妖怪。

就算遇到妖怪也无妨，各地盛传很多治妖法，模仿89页的画那样做个"狐狸窗户"，通过窗户看出去就能看到妖怪的原形。即使是狐狸变的，只要原形毕露，它们就失去了把人们变成妖怪的力量。其实，大部分的妖怪都不足为惧呢。

Ma có thực sự đáng sợ?

Ở thời cổ đại, người ta cảm thấy một sức mạnh siêu nhiên ở rừng cây, sông, núi, và họ trở nên sợ hãi và tôn thờ sức mạnh siêu nhiên ấy. Sức mạnh tự nhiên một mặt cho con người sự phong phú dồi dào, nhưng cũng chính là nỗi sợ hãi cướp đi sinh mệnh con người. "linh hồn", "yêu quái", hay "ma" là có mối quan hệ mật thiết với những nỗi bất an, sợ hãi hay niềm hy vọng với con người, nó được sinh ra từ trong tâm trí của con người và được tương truyền qua nhiều thế hệ. Biết về "linh hồn", "yêu quái", "ma" Nhật Bản có thể hiểu được cách suy nghĩ người Nhật, cuộc sống của con người lúc bấy giờ.

Vậy thì, "linh hồn", "yêu quái", "ma" có giống nhau không? Tất cả đều đáng sợ cả. Quan niệm về "hồn ma" trên thế giới thì có nhiều điểm chung. Sau khi chết thì người ta biến thành hồn ma. Hồn ma hiện ra theo như hình dáng lúc còn sống, được sinh ra do người chết vẫn còn tâm nguyện được tiếp tục sống mặc dù không còn thân xác nữa. Trên thế giới có những từ tương tự với từ "linh hồn". Giống như trong tiếng Anh, từ "ghost" tương tự với từ "linh hồn". Trong trường hợp "linh hồn" Nhật Bản, do vẫn còn luyến tiếc hay hận thù ở thế giới này nên hiện ra trước mặt những người có liên quan, có thể gọi là đáng sợ không? Mặt khác, những thứ mà ngày nay người ta gọi là "yêu quái" trong thời Edo (1603-1868) người ta gọi là "quái vật" hay "ma quỷ"... Để tìm từ đồng nghĩa với "yêu quái" trong tiếng nước ngoài thì rất khó.

Yagita Kunio (1875-1962), cha đẻ của ngành Dân tộc học Nhật Bản, cho rằng hình ảnh "ma quỷ" trong suy nghĩ của nhiều người chính là "yêu quái". Đồng thời, ông phân biệt "yêu quái", hay nói cách khác "ma quỷ", và "linh hồn" dựa trên 3 yếu tố: thời gian, đối tượng, nơi xuất hiện. Theo đó, ông đã cho rằng: "1. Yêu quái xuất hiện ở những nơi nhất định, nếu như không đi đến những chỗ đó thì không thể bắt gặp. Trong khi đó, linh hồn hay hồn ma đến từ thế giới bên kia", "2. Yêu quái thì không chọn đối tượng, nhưng linh hồn hay hồn ma thì chọn đối tượng", "3. Yêu quái thì xuất hiện lúc hoàng hôn xuống, linh hồn hay hồn ma thì xuất hiện lúc giờ Sửu, tầm khoảng 2 giờ sáng.

Ma quỷ là những thứ hay động vật không phải con người, hình ảnh chúng ta tự tưởng tượng ra trong tâm trí khi chúng ta cảm thấy bất an, lo sợ trong bóng tối. Vì là sản phẩm của sự tưởng tượng của con người nên có nhiều hình ảnh khác nhau. Có nhiều loại sống ở sông, núi, trong nhà như kappa, quỷ mũi dài, hay những hồn ma trẻ em. Có những loại ma rất đáng sợ, nhưng hầu hết là những loại ma vô hại chỉ quậy phá hù dọa con người. Nếu chúng ta có gặp ma đi chăng nữa thì cũng không sao cả. Có một cách trừ ma quỷ được truyền đi nhiều nơi. Hãy móc tay tạo thành cái lỗ, người ta gọi là "con mắt cáo tinh" giống như tranh ở trang 89. Bạn hãy nhìn qua cái lỗ đó. Bạn có thể xem thấy nguyên hình của ma hay quỷ hóa thân. Dù là "cáo tinh" hay "con lửng" biến hóa cũng lộ nguyên hình, mất đi năng lực biến hóa thành con người. Thật ra, hầu hết tất cả các loại ma quỷ đều không đáng sợ.

もっと読んでみよう❶：こわいもの見たさ (p.93)

Wanting a Good Scare

"Oiwa-san" is a superstar of ghosts. Everyone knows about the female ghost with no feet, who would appear underneath a willow tree saying, "I have a grudge." Oiwa-san became widely known, as "Tokaido Yotsuya Kaidan," that takes place in Edo, was depicted in *kabuki* and *ningyo-joruri* and artworks.

Oiwa-san is scary looking with a deformed face. Her husband fell in love with another woman and poisoned her, when he found her in his way. The poison deformed her face, and she died holding grudges against her husband. She turned into a ghost after she died and brought all kind of curses for her husband and people around him. People called it the curse of Oiwa and feared her.

Japanese people enjoyed more than 200 years of peacetime with no wars during the Edo Period. They feared ghosts but also enjoyed a good scare. Haunted houses became popular at the end of this period and remain a popular summer-time attraction to this day. Haunted houses are found at all major amusement parks in Japan, and many people go there to enjoy a good scare.

好奇害死猫

"阿岩"是幽灵界的大咖之一。众所皆知，她是没有脚的女鬼，会在柳树下喊着"还我命来"。阿岩的形象在江户时代就固定了，歌舞伎或人形净琉璃的〈东海道四谷怪谈〉的舞台上会演出阿岩的故事，有时她也会出现在画山里。

阿岩的脸变了形，看起来很恐怖。她先生爱上了别的女子，想杀了碍事的妻子阿岩，便让她服毒。脸孔变得很恐怖的阿岩，就这么怨恨着自己的丈夫而死去。阿岩为了雪恨变成女鬼出现在大家面前。她的丈夫和周遭的人接二连三地遭遇不幸。现在，人们一说到"阿岩的诅咒"，还是会感到相当害怕。

江户时代的人过了200多年和平毫无战事的日子，对他们来说，怕鬼成为一种乐趣。在江户末期出现的"鬼屋"，迄今仍是夏季的乐趣之一。日本全国主要游乐园里都有"鬼屋"。好奇害死猫，人们对鬼屋还是趋之若鹜。

Thích xem những thứ đáng sợ.

"Oiwasan" là một nhân vật nổi tiếng trong giới ma quỷ. Hình ảnh ma nữ không chân xuất hiện dưới cây liễu rũ và rền la " ta thù ngươi, ta oán ngươi" là một hình ảnh quen thuộc. Hình ảnh của Oiwasan được phổ biến rộng rãi trong tranh ảnh, trong các vở diễn múa rối Nhật Bản, hoặc trong Kabuki vở "Tokaido Yotsuya Kaidan" trên sân khấu Edo.

"Oiwasan" có hình dạng đáng sợ, mặt biến dạng. Chồng cô thích một người con gái khác, đã đầu độc giết vợ mình là Iwaisan bằng cách cho uống thuốc độc. Khuôn mặt cô trở nên đáng sợ, do cô chết trong hận thù. Để trả thù người chồng, cô biến thành hồn ma và hiện về. Chồng cô và những người thân thuộc với người chồng lần lượt gặp những điều bất hạnh. Mọi người đều sợ hãi và gọi đó là "sự trừng phạt của Oiwa"

Xã hội con người trong thời đại Edo hòa bình kéo dài 200 năm, mặc dù có những nỗi sợ tâm linh như ma quỷ nhưng rất yên bình. Những "nhà ma" ra đời cuối thời Edo, là một trong những nét văn hóa không thể thiếu mỗi mùa hè, nét văn hóa ấy kéo dài đến tận ngày nay. Tất cả các khu vui chơi trên toàn đất nước Nhật Bản đều có "nhà ma", mọi người tập trung xem những thứ đáng sợ.

もっと読んでみよう❷：妖怪を愛した外国人　～小泉八雲～ (p.94)

Yakumo Koizumi, a Foreigner Who Loved Japanese Monsters

If someone asks, "What is the best-known monster in Japan?" many people would reply, "The snow woman." In Japan, snow woman is better known than a yeti. The legend of snow woman, who breaths cold air on people and kills them, is found throughout the snowy parts of Japan from the ancient times. But it was Yakumo Koizumi (1850-1904) who made the snow woman famous by writing about her in Kwaidan.

One snowy night, a young man encounters a snow woman in a mountain hut. In exchange for not killing him, the snow woman makes him promise never to speak about her. Several years later, the young man meets a beautiful woman and marries her, and they have a child. One evening, the young man tells his wife about his encounter with the snow woman. The wife immediately reveals her true self. She is the snow woman. She says "I told you I would kill you if you told anyone about me. But I do not want to turn our child into an orphan." She then disappears.

Yakumo's storytelling is superior in that he not only writes about the monstrous and scary nature of the snow woman but also about her maternal instincts. Yakumo Koizumi (Lafcadio Hearn) was born to an Irish father and Greek mother. He visited Japan in 1890, married Setsu Koizumi, and was naturalized. His tales of monsters was based on the stories he heard from his wife about monsters and ghosts from different parts of Japan. He added his own twists, based on his Western perspectives, and turned the stories into an emotionally-rich work of literature. The book included stories about the snow woman, *Miminashi Hoichi*, *Rokurokubi*, and *Mujina*. The book is the origin of modern monster tales.

酷爱妖怪的外国人～小泉八云～

"日本最有名的妖怪是什么？"我想很多人都会回答"雪女"吧。在日本，雪女比雪男有名，她会吹出冷气来冻死人。这个雪女的故事，自古以来在全日本下雪的地区广为流传。然而让其一夜成名的是小泉八云（1850-1904）的《怪谈》。

那个下雪的夜晚，有个年轻人在山中小屋遇见了雪女。你答应我不乱说话，我就救你一命。过了好多年，年轻人跟一位美丽的女子结婚并生了孩子。有个晚上，他对妻子说自己见过雪女的事。于是妻子变成了雪女的样子，"我不是说你告诉别人就要杀了你吗？只不过孩子实在太可怜了。"她留下了这句话之后便消失了。

八云的"雪女"故事，除了妖怪的恐怖，也注意到了母性的光辉，是部出色的作品。

小泉八云原名"Lafcadio Hearn"，父亲是爱尔兰人，母亲是希腊人。1890年来日。跟小泉节子结婚之后，归化成日本人。《怪谈》是他听妻子讲述日本各地的幽灵和妖怪故事后，加上外国人的观点，创造出的文情并茂的作品。《怪谈》里还收录了〈无耳芳一的故事（耳無し芳一の話）〉、〈飞头蛮（ろくろ首）〉、〈獾（むじな）〉等。这些作品现在都成为妖怪故事的原点。

Người nước ngoài yêu thích yêu quái -Koizumi Yakumo-

Khi được hỏi " yêu quái nổi tiếng ở Nhật là ai" thì có lẽ có nhiều người trả lời là "bà chúa tuyết". Ở Nhật, "bà chúa tuyết" thì nổi tiếng hơn "ông chúa tuyết". Những câu chuyện về "bà chúa tuyết" thổi ra không khí lạnh, làm cho con người chết cóng đã được truyền từ đời xưa ở những vùng phủ tuyết trắng ở Nhật Bản. Tuy nhiên, dù nói gì đi chăng nữa, người làm cho "nữ hoàng tuyết" nổi tiếng là Koizumi Yakumo, tác giả của những tác phẩm "truyện ma quái".

Vào một đêm ở vùng tuyết phủ, có một người trẻ đã vô tình gặp nữ hoàng tuyết tại một ngôi nhà trên núi. Nữ hoàng tuyết đã chấp nhận cứu chàng trai với điều kiện phải giữ bí mật. Vài năm sau đó, chàng trai kết hôn với cô gái đẹp và sinh được một em bé. Tuy nhiên, vào một buổi tối, chàng trai đã nói chuyện gặp "bà chúa tuyết" với vợ mình. Ngay lập tức, người vợ hiện nguyên hình thành nữ hoàng tuyết, và dặn dò với chàng trai "đã nói rằng nếu như nói với ai sẽ bị giết vậy mà... thật là tội nghiệp con", sau đó cô ta biến mất.

"Bà chúa tuyết" trong truyện của Yakumo không chỉ thể hiện nỗi sợ ma quái, nhưng còn nổi bật về tình mẫu tử. Koizumi Yakumo có bố là người Ireland, mẹ là người Hi Lạp, tên của ông thời thơ ấu là Lafcadio Hearn. Năm 1890 ông đến Nhật và đã kết hôn với bà Koizumi Setsu, sau đó ông đã lấy quốc tịch Nhật. "Truyện ma quái" là sản phẩm giàu tính văn học được đúc kết từ những chuyện kể về yêu quái, hay hồn ma ở các vùng miền Nhật Bản do vợ ông kể lại, kết hợp với quan điểm của một người nước ngoài. Trong "truyện ma quái" ngoài tác phẩm "bà chúa tuyết", còn có những tác phẩm tiêu biểu cho truyện ma quái hiện đại như là "chàng Hoichi cụt tai", "Ma cổ dài", "Mujina".

Chapter 5　生

Lesson1：生涯現役 (p.100)

Staying Active at Work for Life

The Japanese population is aging more quickly than anywhere else in the world. By 2007, senior citizens in Japan comprised a larger block of total population than in any other country in the world, and one in four people was 65 years or older. Average life expectancy for Japanese men and women is 84.2 years in 2018. Japanese people live the longest in the world.

I once heard a story from a friend who lived alone and needed to install a hanging rack in her closet for her clothes. Since she was not handy, she called a silver job agency for seniors who would undertake the job at a low price. She was surprised, when a group of older men showed up, worked together as a team, and installed a nice hanging rack in no time. The men split the job up into small tasks. One went shopping, while another cut the materials into right sizes, and another installed them. The last one calculated the fee and gave her a receipt. Each person did what he was good at, and my friend was very impressed by how good they were at their jobs.

There is a large number of seniors of all ages who remain active at their jobs. In many parts of the world, more seniors are working today than 10 years ago. In 2013, 20.1% of Japanese seniors worked, the highest percentage in the world.

Seniors are active in agriculture and fishing, as well as in traditional fields of arts and crafts. Many seniors continue to work in factories and lead the young in keeping the Japanese manufacturing going. Seniors also hold important positions in the world of politics.

A large number of Japanese people hope to remain active at their jobs throughout life. They are happy, proud, and find purpose in using the skills they have honed over many years, continuing to work throughout their lifetimes, and contributing to society.

生涯现役

在日本，老年人以世界上罕有的速度增加。2017年，日本成为世界第一的超高龄社会。4个日本人当中就有一个是65岁以上的老年人。2018年，日本人的男女平均寿命为84.2岁。

日本人是世界上最长寿的。

朋友曾经跟我说，一个人独居的她，想在日式衣柜里加装挂衣干，把衣服挂在上面。因为自己弄不来，便拜托价格便宜的银发人才中心。于是，老人们分工合作，一转眼的功夫就把挂衣干弄得妥妥当当的，这让她很惊讶。购买材料的，把买回来的杆子锯好的，安装杆子的，算钱和写收据的，每个人都发挥自己的专长。老人们工作的效率之高令她佩服。

就像前面所提及的，在日本有许多老年人，不管到了几岁都精力充沛地做自己擅长的工作。比起10年前，全世界工作的老年人变多了，2013年日本老年人的就业率达到了20.1%，为世界第一。

农业或渔业就不用说了，传统文化和工艺的领域，或是支撑起"制造第一的日本"的工厂里，都有许多老年人活跃于第一线，领导年轻人。此外，在政治界中，老年人也占有重要的地位。

在日本这个超高龄社会中，有许多人想一辈子都在第一线工作，希望能用训练多年的技术不断工作，对社会做出贡献，这让他们以此为荣，也成为他们的生存价值。

Cả đời làm việc

Tại Nhật, dân số già gia tăng với tốc độ nhanh chưa từng có. Và năm 2007, trở thành siêu xã hội dân số già số một trên thế giới. Cứ 4 người Nhật thì có 1 người cao tuổi trên 65 tuổi. Năm 2018, tuổi thọ trung bình của nam nữ Nhật Bản là 84.2 tuổi. Người Nhật sống dài nhất thế giới.

Tôi đã nghe câu chuyện này từ một người bạn. Một phụ nữ sống một mình, trong tủ cô ta gắn một cái ống vì cô nghĩ muốn treo quần áo ở đó. Vì cô ta không làm được nên cô đã nhờ đến trung tâm giới thiệu việc làm cho người già với giá rẻ. Bằng cách này, cô đã bất ngờ vì sự chung sức để hoàn thành cây treo quần áo trong chốc nhoáng của những người cao tuổi này. Cô thật sự cảm phục sự khéo léo tài tình này, người đi mua vật liệu, người cắt ống sau khi mua về, người gắn, người tính tiền, người viết hoá đơn, từng người phát huy kỹ năng riêng của mình.

Bằng cách này mà tại Nhật Bản, dù tuổi có lớn đi chăng nữa, vẫn còn nhiều người cao tuổi làm việc tích cực bằng cách phát huy năng lực riêng của chính mình. Nhìn ra thế giới so với 10 năm trước đây, số lượng người cao tuổi vẫn còn làm việc gia tăng nhiều, vào năm 2013, tỷ lệ người cao tuổi Nhật Bản vẫn còn làm việc là 20.1%, cao nhất thế giới.

Trong ngành nông nghiệp và ngư nghiệp không cần phải nhắc đến, ngay cả ngành thủ công mỹ nghệ văn hoá truyền thống thì ở những nhà máy sản xuất nâng đỡ cho ngành sản xuất của Nhật Bản, những người cao tuổi vẫn trong cương vị dẫn dắt người trẻ. Ngoài ra, trong giới chính trị những người cao tuổi vẫn giữ những vị trí quan trọng.

Một xã hội dân số già Nhật Bản, có nhiều người suy nghĩ dành cả đời cho công việc. Những người lớn tuổi vui vì có thể cống hiến cho xã hội bằng việc dốc sức làm việc cả cuộc đời, sử dụng những kinh nghiệm, kỹ thuật đã tích luỹ cùng năm tháng, và việc đó trở thành niềm tự hào và lẽ sống cho họ.

Lesson2：森は生きている (p.106)

Living Forest: the Great Nature in Tokyo Metropolis

At Chiyoda-ku 1-1 in Tokyo City, there is a deep forest that looks like an enormous and green Island in the midst of tall buildings at the center of Tokyo. It is the Japanese imperial palace with grounds that are 1.15 million square meters in size. *Gosho* within the grounds is where the Emperor and Empress live, and *kyuden* is where they work.

The Imperial Palace used to be Edo Castle in the Edo Period (1603-1868). When the Edo Period ended, and Meiji Era (1868-1912) began in 1868, the shogun moved out and the emperor moved in. Fukiage District that includes the palace grounds used to feature a large Japanese garden, equestrian facility, orchard, and small golf course.

When World War II ended in the Showa Era (1926-1989), Emperor Hirohito stopped cultivating the grounds in the Fukiage District and decided to restore a natural forest. He no longer let gardeners tend the grounds. Plants would be left to grow, age, and die naturally.

When the golf course was no longer mowed, wildflowers sprouted everywhere. Grounds under the trees were covered with undergrowth, and fallen leaves were left in place. Trees that were planted in the Edo Period grew into massive 300-year-old trees, and they eventually began to die and fall. Instead of being removed, they were left there to rot over many years. The space left behind by these large trees were eventually covered by the branches of younger trees in the area. New plants sprouted, and the forest continued to grow by the alternation of generations.

The once-manicured grounds were turned into a forest that was full of life. Tiny insects living under the fallen leaves composted the soil and helped the plants grow. The new plants would bear fruit and fed other organisms. There are more than 3000 species of animals and plants in the Fukiage Forest today.

活森林 ～东京都的大自然～

东京都千代田区1-1。这里有一片葱郁的森林，就像浮在高楼大厦耸立的大城市 -- 东京正中央的巨大绿色小岛。这里就是皇居。面积约115万平方米，里面有天皇和皇后居住的皇宫和处理政事的宫殿等。

在江户时代（1603-1868），皇居是江户城。1868年，从江户时代变成明治时期（1868-1912），将军离开了，这里迎来了天皇。皇宫所在地的吹上地区有宽广的日本庭园、马场、果树园，还有小型高尔夫球场。

昭和时期（1926-1989）、第二次世界大战结束后，昭和天皇决定不再修整吹上地区，让其恢复为自然的森林。尽量不经人手，让植物就这样自然生长、老去、枯萎。

停止守护高尔夫球场的草坪后，四处就开满了野花。树根下的杂草丛生，落叶堆积成山。江户时代在庭院里种植的树木都成为超过300岁以上的巨大老树，最终枯萎倒下，倒下的树木也不运出去，就让它们在漫长的岁月里化为泥土。

巨木附近的年轻树木，慢慢将枝桠伸到了巨木已不存在的空间。地面上长出新芽，森林进行世代交替。

于是，吹上的庭院不再被人类修剪后，脱胎换骨成为充满生命的森林。在落叶的下方，小虫们用粪便制作黑土，养分丰富的土壤使植物生长、结出果实，然后养活居住在森林里的生物。如今，吹上的森林里住着超过3千种以上的动植物。

Rừng vẫn sống ~ Mẹ Thiên Nhiên ở thành phố Tokyo~

1-1 Quận Chiyoda thành phố Tokyo. Ngay trong lòng thành phố Tokyo nơi có những tòa nhà chọc trời, có một rừng cây xanh um tùm giống như nổi lên ở giữa một hòn đảo xanh. Ở đây là Hoàng Cung. Diện tích khoảng 1.150.000 m2, trong đây có nơi ở và làm việc của Thiên Hoàng và Hoàng Hậu.

Hoàng Cung là nơi có thành Edo đã có từ thời Edo (1603 - 1868). Năm 1868, năm có sự chuyển giao từ thời kỳ Edo sang thời kỳ Minh Trị (1868 - 1912), đã đón Thiên Hoàng đến ở nơi đây thay cho tướng quân. Ở quận Fukiage có nơi của Hoàng tộc, cũng có những thứ như là vườn hoa kiểu Nhật rộng lớn và trường đua ngựa, vườn cây ăn trái, một sân chơi gôn nhỏ.

Thời kỳ Chiêu Hoà (1926 - 1989), khi Thế chiến thứ 2 kết thúc, Thiên Hoàng Showa đã bỏ việc chăm sóc cho vườn cây ở quận Fukiage để hoàn trả lại cho rừng tự nhiên. Để làm sao có thể để cho thực vật tự nhiên phát triển, già đi và tự động hư thối theo quy luật tự nhiên mà không cần nhiều đến bàn tay con người chăm sóc.

Sân gôn nếu ngưng cắt cỏ, đây đó hoa trên đồi đã nở. Cỏ dưới những gốc cây cứ để mọc tràn lan và lá rụng cứ để rơi chồng chất.

Những cây trồng trong vườn từ thời Edo nay đã trên 300 tuổi và trở thành cổ thụ, do mục ruỗng mà cây đổ, những cây đổ không mang ra ngoài, thời gian dài trôi qua những cây ấy rồi cũng về với đất. Những khoảng không do cây lớn mất đi, những cây nhỏ xung quanh đã vươn cành. Từ trên mặt đất mầm mới lại nảy sinh, thế hệ cây rừng này nối tiếp rừng kia .

Theo đó, Khu vườn Fukiage đã không còn tay người chăm sóc trở thành khu rừng đầy sức sống. Dưới những chiếc lá rụng những con côn trùng nhỏ làm ra phân tạo ra đất đen. Cây cối sinh trưởng nhờ vào đất tốt sẽ trổ sinh ra trái, nuôi sống những sinh vật trong rừng. Cho nên bây giờ, rừng ở khu Fukiage có hơn 3000 chủng loại động thực vật sinh sống nơi đây

もっと読んでみよう❶：イチョウの復活 (p.109)
Ginkgo Makes a Comeback

A large number of ginkgo trees grow in Japan. Their leaves turn yellow in the fall, and they are very pretty.

Ginkgo leaves have a primitive shape. Ginkgo is an ancient species, and it existed in different parts of the world back in the age of dinosaurs. Ginkgo declined with a climate change and almost went extinct. Ginkgo trees have been around for a long time and they are sometimes referred to as living fossils.

Engelbert Kaempher (1651-1716) lived in Dejima Island in Nagasaki for two years as a doctor in the Dutch Trading House starting in 1690. He was a plant biologist and showed a lot of interest in the plants of Japan. Ginkgo was one of them. Ginkgo trees were not found in Europe at the time and were very rare. When he went home, he wrote a book titled Amoenitates Exoticae, in which he mentioned Ginkgo. Ginkgo is a Western pronunciation of 銀杏, Which in Japanese is pronounced *icho* or *ginnan*. It might also be pronounced *ginkyo*. For some reason, the Y and G traded places. After Dr. Kaempher mentioned the plant in his book, Ginkgo has come to spread all over the world again.

银杏的复活

在日本有很多银杏树。一到秋天，叶子就变黄，非常漂亮。

银杏叶的形状很原始。银杏是非常古老的树木，从恐龙时代开始，地球上很多地方就有银杏。然而，因气候变迁，导致数量减少，甚至差点灭绝。银杏经历了长久的年代，被称为"活化石"。

1690 年,荷兰商馆医师--Engelbert Kaempher（1651-1716）在长崎的出岛住了两年。他同时也是植物学者，对很多日本的植物感兴趣。银杏也是其中之一。那时欧洲没有银杏，他觉得非常特别，于是写了一本《回国奇观》，并在书里以"ginkgo"这个名称来介绍银杏。这是"银杏"的汉字读音。"银杏"能念成"いちょう（icho）"或"ぎんなん（ginnan）"，也能念成"ぎんきょう"。用罗马字书写变成"ginkyo",不知为何 y 和 g 互换了。正因为 Kaempher 的介绍，全世界才都能看到银杏。

Sự hồi sinh của loài rẻ quạt

Ở Nhật Bản có rất nhiều cây "rẻ quạt". Vào mùa thu, lá cây biến thành màu vàng rất đẹp.

Lá cây rẻ quạt có nguyên hình dạng giống từ thời kỳ đầu. Cây rẻ quạt là loại cây rất cổ ngay từ thời kỳ khủng long, và có nhiều nơi trên thế giới. Tuy nhiên, do sự biến đổi của khí hậu, số lượng giảm đi rất nhiều và đứng trước nguy cơ bị tuyệt chủng. Do loài cây này đã sống rất dài qua nhiều thời đại nên loài cây này được gọi là "hoá thạch sống". Vào năm 1690 một y sĩ của một hãng buôn Hà Lan, Engelbert Kaempher (1651-1716) đã sống ở vùng Dejima của tỉnh Nagasaki. Kaempher cũng là một học giả thực vật học, và ông có quan tâm đến nhiều loài thực vật của Nhật Bản. Và loài rẻ quạt là một trong những loại đó. Ở Châu Âu thời đó không có loài rẻ quạt, nên đây là loài cây hiếm. Sau khi ông về nước, ông viết quyển sách có tên là "Hồi Quốc Kỳ Quan", trong đó có giới thiệu về loài rẻ quạt là "ginkgo". Đây là từ được ghi lại từ cách đọc của Hán tự 「銀杏」(Ngân Hạnh, cây rẻ quạt). 「銀杏」được đọc là "ichou" hay "ginnan" và cũng có thể đọc là "ginkyo". Khi phiên âm Romaji thì ghi là "ginkyo" nhưng vì nguyên nhân gì đó mà âm "y" và "g" lại bị đổi chỗ cho nhau. Nhờ Kaempher giới thiệu về loài cây này trong quyển sách mà "cây rẻ quạt" đã xuất hiện ở nhiều nơi trên thế giới.

もっと読んでみよう❷：追われる森の人たち (p.110)
Forest People Get Chased Away

Orangutan in Malay means people of the forest. They live in tropical forests on the islands of Borneo and smatra. They nest on tall trees and live on the fruit, plants, and three barks foraged in the forest.

Orangutan are decreasing in number and facing an extinction. The population declined by 80% over a century between 1900 and 2000. One of the causes of this decline was the loss of habitat due to unchecked cutting of forest trees for timber exports. Majority of the timber was exported to Japan through 1990. Then coconut plantations sprouted all over the tropical forests for harvesting coconut oil for foodstuff like potato chips and ice cream and margarine, as well as cleaning products like soap and shampoo, starting in the 1990s. Japan imports a large amount of coconut oil also.

Sustainable development is now an unimportant goal worldwide. Environmental protection and development must go hand in hand. Japan and many other countries are undertaking efforts to protect the forests from being changed by humans, so that people of the forest will continue to survive in their homes.

被追赶的森林住民

猩猩在马来语中表示"森林住民"之意，它们住在婆罗洲岛（Borneo）和苏门答腊岛（Smatra）的热带雨林里。在高大的树木上筑巢，吃从森林里摘的水果、青草和树皮等维生。

然而，猩猩的数量逐渐减少濒临灭绝。1900 年代到 2000 年代，大约 100 年中减少了 80% 左右。原因之一就是无计划地砍伐森林，当成木材出口。到了 1990 年代为止，大部分出口的木材都到了日本。此外，1990 年代开始开垦热带雨林，开辟了数个棕榈树农园。棕榈油能做薯片、冰激凌和人造奶油等食品，也能成为清洁剂和洗发精的原料。棕榈油也大量进口到日本。

现今，"可持续发展"成为国际社会的共同理念。环境和开发得共存。我们不能让人类的手改变丰富的森林原貌，得让"森林住民"能在自己的家乡 -- 森林里生存下去，为此，日本及世界各国都采取各项对策来因应。

Người rừng bị đuổi

Orangutan (đười ươi) trong tiếng Mã Lai có nghĩa là "dã nhân"(người rừng). Loài này sống ở rừng mưa nhiệt đới của đảo Borneo và đảo Smatra. Chúng xây tổ trên những cây cao, ăn vỏ cây, cỏ cây và trái cây trong rừng để sống.

Tuy nhiên, loài đười ươi này càng ngày cảm giảm và có nguy cơ bị tuyệt chủng. Khoảng 100 năm từ những năm 1900 đến những năm 2000, 80% số lượng loài này đã giảm. Một trong những nguyên nhân chính là do con người chặt phá rừng bừa bãi để xuất khẩu gỗ. Tính cho đến những năm 1990 thì hầu hết gỗ rừng xuất khẩu bằng cách này là dành cho thị trường Nhật Bản. Ngoài ra, từ những năm 1900 trở đi, rừng nhiệt đới bị phá để trồng những cánh đồng cọ dầu. Cọ dầu là nguyên liệu dùng cho thực phẩm như khoai tây chiên, kem tươi, magarin, hay nguyên liệu cho ngành sản xuất xà phòng giặt và xà phòng gội đầu. Và loại cọ dầu này được nhập khẩu rất nhiều vào Nhật Bản.

Ngày nay, cách suy nghĩ "phát triển trong khả năng duy trì" trở thành lý niệm chung trong xã hội quốc tế này. Môi trường và Phát triển phải tồn tại đồng thời với nhau. Để rừng rậm không bị tận diệt bởi bàn tay con người, loài "dã nhân" có thể sống mãi với "mẹ thiên nhiên", tất cả các nước trên thế giới trong đó có Nhật Bản phải thực hiện nhiều biện pháp.

Lesson3：国生み (p.114)
Creations
Izanagi and Izanami

This is a tale from a long time ago, before there were people or animals. At the time, heavens were covered with clouds, and seas were muddy. It rained all day. When it finally stopped raining, a male god named Izanagi and a female god named Izanami were born. The god and goddess decided to solidify the sea to create a land. They dipped a long spear into the sea and circled it to stir the Sea water. When they lifted the spear quietly, drops of water fell from its tip and into the ocean in brilliant splashes and turned into beautiful islands. They were very happy and got married on an island. They created many islands and a large number of other gods, including gods of winds and mountains. Izanami died of burns however, when she bore the very the god of fire at the end. Izanagi was grief stricken and could not get over his loss.

The land of the dead is a far-away place that no one has been to. Izanagi walked for many days and finally arrived at the entrance to the land of the dead. He said "Hey, my beloved wife, we are not done creating a new land. Please come home with me."

And then he heard from beyond the entrance the voice he fondly remembered.

"Oh, my beloved husband. I've eaten the food in the land of the dead and cannot go home. But I will ask the god here to let me go. Please wait there a while and promise you will never try to look at me."

"All right. I will keep waiting here until you come out."

Izanagi waited and waited at the entrance for his wife to come out. After several hours, he started to worry, but he waited for several more hours.

"What is taking her so long! I cannot wait any longer. I am going to take her back with me."

Izanagi walked into the land of the dead, which was dark, and he could not see anything. A comb in his hair turned into a lamp that lit the dark road. He continue to walk in deeper on the path and saw Izanami far away. He rushed over to her, and the light from the comb illuminated her face.

Her face was terrifying. Her eyes were bright shining red, and her mouth split all the way to her ears with a long tongue sticking out. Her hair was covered with disgusting looking maggots, and her body was covered with tiny monsters. There were thunders clapping all around her. Izanagi became terrified and ran away.

"You broke your promise, dear, and saw my ugliness. I will never forgive you!"

Izanami shouted loudly at the monsters to "Kill Izanagi!"

列岛诞生
伊邪那岐、伊邪那美

这是很久很久以前，人和动物都还没有出现时的故事。那时，天上只有云，海里也浑浊不清，一整天都在下雨。过了没有多久，雨终于停了，出现了一位名为"伊邪那岐"的男神，以及一位名为"伊邪那美"的女神。

两位神明想固海造地，使用长矛搅动海水，然后轻轻拉起矛。从矛的尖端，闪耀的水滴一滴滴地落到了海里，便形成美丽的岛屿。两位神明在大喜之余，在岛上结了婚，生出了更多的岛屿、风神和山神等各种神明。然而，就在最后生火神的时候，"伊邪那美"被烧死了。"伊邪那岐"相当悲伤，怎么也忘不了"伊邪那美"。

当时，幽冥之国是个相当遥远的国度，还没有任何人去过。"伊邪那岐"走了数日，总算抵达幽冥之国的入口。"喂，亲爱的妻子，列岛诞生的工作还没有完成。来，跟我一起回家吧。"

于是，从入口的那一头传来了一阵令人怀念的声音。

"啊，亲爱的，我已吃了幽冥之国的食物，回不去了。不过，我去求求这里的神明吧。你先在这里稍微等一下。答应我，在这段时间里，绝对不要看我。"

"好，到你出来为止，不管多久，我都会在这里等你的。"

"伊邪那岐"就在入口一直等妻子出来。就这样过了几个小时。"伊邪那岐"开始担心了。然后，又过了几个小时。

"实在太慢了，我等不及了。我一定要把我妻子带回去！"

于是"伊邪那岐"就踏进了幽冥之国。里面相当黑暗，伸手不见五指。头发上的梳篦变成了灯，照亮了黑暗的道路。"伊邪那岐"一直往里走，远远看到的那个不就是"伊邪那美"嘛。他立刻前近，用梳篦的光照"伊邪那美"的脸庞。

于是，那张脸……。居然眼露红光，嘴垂至耳，长长的舌头也伸了出来。头发上有许多蛆虫，身体上也密密麻麻的粘着小鬼，附近还雷鸣不止。

"伊邪那岐"吓得逃跑出去了

"你违背诺言看到了丑陋的我，我绝不原谅你！"

"伊邪那美"大声地命令小鬼"把"伊邪那岐"给我杀了！"

KUNIUMI (Nguồn gốc khai sinh đất nước)
Izanagi, Izanami.

Đây là câu chuyện rất xưa khi mà con người và động vật chưa có trên đời. Khi đó, trên trời toàn là mây, biển gợn sóng, mưa rào rào suốt cả ngày. Lúc trời tạnh mưa, một thần nam là Izanagi và thần nữ là Izanami được sinh ra. Hai vị thần này được cho là đã làm đông nước biển tạo nên đất liền. Họ đã dùng ngọn giáo dài để khuấy nước biển. Sau đó họ lặng lẽ rút ngọn giáo, trên đầu ngọn giáo nước biển như những viên ngọc rơi xuống, lấp lánh ánh sáng, những giọt này rơi xuống biển tạo nên những hòn đảo xinh đẹp. Rất đỗi vui mừng, họ kết hôn trên hòn đảo đó, Họ sinh ra các thần Đảo, Gió và Núi. Không may thay lúc hạ sinh ra thần Lửa, Izanami đã chết do bị phỏng. Izanagi hết sức đau buồn, ngày đêm thương nhớ Izanami.

Trong vương quốc của người chết, từ trước đến giờ chưa có ai từng đặt chân đến, đây là một nơi rất xa. Izanagi đi từ ngày nọ đến ngày kia, cuối cùng chàng cũng đến được cửa vào vương quốc của kẻ chết. "Ôi, người vợ yêu dấu của ta, công cuộc khai sinh đất nước vẫn chưa xong. Thôi nào, hãy cùng anh quay về". Tiếng chàng vọng từ cửa vào vương quốc của kẻ chết chất chứa thương nhớ.

"Chàng ơi! Em đã ăn thứ đồ ăn của vương quốc kẻ chết, em không về được nữa rồi. Nhưng mà em đã xin vị thần ở đây, phải chờ đợi thêm ở đây một thời gian nữa. Trong thời gian này, anh hứa đừng đến gặp em nữa nhé!"

"Được rồi. Đến khi em ra được khỏi đây, dù là bao lâu anh vẫn mãi chờ nơi đây". Izanagi ngày đêm ngóng ở cửa vào chờ ngày vợ mình được ra. Thời gian trôi qua, Izanagi bắt đầu cảm thấy lo lắng, đã nhiều tiếng trôi qua rồi.

"Lâu quá! Không thể chờ được nữa. Phải dẫn vợ mình về thôi!"

Izanagi bước chân vào vương quốc của kẻ chết. Trong đấy tối đen như mực không thể thấy được gì. Ánh sáng trên chiếc lược biến sắc, chiếu sáng con đường tăm tối. Izanagi cứ bước, đằng xa xa chẳng phải là bóng dáng của Izanami hay sao? Chàng hối hả lại gần, ánh sáng của chiếc lược chiếu sáng khuôn mặt của Izanami. Khuôn mặt ấy ... phải chăng đôi mắt đỏ ké, miệng bị xé toác tới mang tai, lưỡi từ trong miệng thè ra hay sao? Trên tóc hàng trăm con giòi lúc nhúc. Trên thân chi chít những con quỷ nhỏ. Đâu đó vang lên tiếng sấm vang rền.

Izanagi hết sức kinh hoàng, chàng bỏ chạy.

"Chính anh đã thất hứa. Chàng đã thấy bộ dạng khó coi của ta, Thật không thể tha thứ được"

Izanami lớn tiếng ra lệnh cho đàn quỷ "giết Izanagi!".

もっと読んでみよう❶：死者の国から逃げる (p.117)
Escaping the Land of the Dead

Hundreds and thousands of monsters chased Izanagi with an enormous speed, as though they were flying. Izanagi ran for his life but was caught up. When one of them was about to jump on his back, Izanagi threw his comb, which immediately turned into a tree of mountain grapes with an abundance of delicious grapes.

"Wow these mountain grapes look delicious," said the monsters, as they sat down and started eating.

"This is my chance!" Izanagi was able to run far away, but the monsters finished eating grapes and started chasing after him with enormous speed once again. When one of them was about to jump on Izanagi's head, he threw his comb again, and it turned into a bamboo shoot. More bamboo shoots started to sprout here and there.

"Well these mushrooms look delicious." The monsters started to eat and finished quickly. They caught up with Izanagi before he knew it. And he had no more combs.

逃出幽冥之国

数百个、数千个妖怪以飞快的速度追伊邪那岐，他努力逃还是被追到了。一只妖怪跳到他的背上时，他扔出了一根扦子。于是，扦子立刻变成山葡萄树，结出许多好吃的葡萄。

"哇，这些山葡萄看起来好好吃。"

妖怪坐下来开始大口大口地吃。

"太好了，就趁现在。"

伊邪那岐在这段时间内并没有办法逃得太远。而妖怪在吃完葡萄后又飞奔过来了。有只妖怪跳到了他的头上，就在那个时候，他再度扔出了一根扦子。于是，扦子变成竹笋，四周冒出了许多竹笋。

"哇，看起来好像很好吃。"

妖怪又开始大口大口地吃，但它们马上就吃完，然后又追了上来。只不过，扦子已经用完了。待续

Chạy khỏi thế giới người chết

Hàng trăm, hàng nghìn con quỷ đã chạy đuổi theo Izanagi với tốc độ như tên bắn. Izanagi đã chạy thục mạng để chạy trốn lũ quỷ nhưng vẫn bị chúng đuổi theo. Một con quỷ định nhảy bám vào lưng của Izanagi, ngay lúc đó, chàng đã ném cây lược vào chúng. Và rồi, cây lược đó liền biến thành cây nho rừng, có rất nhiều trái chín trông rất ngon.

"Ôi, ở đây có nhiều nho rừng trông ngon quá"

Bầy quỷ ngồi xuống và bắt đầu ăn lấy ăn để.

"Đến lúc rồi"

Chàng Izanagi tranh thủ lúc ấy chạy khỏi chỗ ấy. Tuy nhiên, bầy quỷ ăn xong đám nho liền chạy đuổi theo như bắn. Một con quỷ đang định chảy chồm lên đầu của Izanagi thì lúc ấy chàng lại ném cây lược. Ngay lập tức, cây lược biến thành măng tươi, măng mọc lên lổm ngổm khắp nơi.

"Ôi, ở đây có nhiều măng ngon quá"

Bầy quỷ bắt đầu ngồi ăn lấy ăn để, sau khi ăn xong thì chúng tại tiếp tục đuổi theo. Lúc này thì đã không còn lại cái lược nào.

もっと読んでみよう❷：一日に千人死んで、千五百人生まれる (p.118)

1000 Deaths and 1500 Births Each Day

Izanagi used his sword to fight, but the monsters kept chasing after him no matter how many he slayed. Finally he saw the exit out of the land of the dead. He was almost there. Izanagi, however, was exhausted and collapsed right at the spot. A large number of monsters jumped on him.

"Oh no. This is the end."

Just when he thought it was all over for him, a large peach tree nearby caught his eyes. Izanagi threw a large peach at the monsters with his full force. And what a wonder. A single peach turned into two and four, and then a countless number of fruit hit the monsters. The monsters got scared and ran away.

Izanami was incensed when the monsters returned empty-handed. She herself then started to run towards the exit from the land of the dead. Izanagi rushed to move a large rock and tightly blocked the exit. No one would be able to leave the land of the dead now.

"What a terrible thing you do. I am going to start killing 1000 people in your land each day from now on," Izanami cried and screamed. Izanagi quietly replied, "If you are going to do a terrible thing like that, then I will make sure 1500 children will be born each day."

That is how it came to be that no one could visit the land of the dead, and 1000 people would die each day, while 1500 children would be born.

一天死一千人 一天生一千五百人

伊邪那岐用剑顽强抵抗，但是妖怪不论怎么杀都不停地追过来。他好不容易看到了幽冥之国的出口。出口就在前方了。但是，他已经太过疲惫而倒在那里。这时候突然很多鬼扑了上来。

"啊，没办法了。"

就在他觉得束手无策之际，突然看到附近有一棵大桃树。伊邪那岐使劲把桃子丢到妖怪身上。没想到桃子从一颗变成两颗，两颗变成四颗，然后变出了无数颗，一颗颗地打到妖怪的身上。妖怪很害怕就逃跑了。

妖怪就这么逃回来了，伊邪那美很不甘心，这次就自己跑到幽冥之国的出口。伊邪那岐情急之下，就拿了大石头堵住出口。从今往后，谁也不能从幽冥之国出来了。

"你真是个可恶的人，以后，我每天要杀掉你的国民一千人。"

她一边哭一边大喊。伊邪那岐却冷静地回答说，

"你胆敢做这么可恶的事，我就每天生一千五百个子孙。"

自此之后，再也没有人能到幽冥之国，每天会死去一千人，然后生出一千五百人。

Một ngày có 1,000 người chết nhưng có 1,500 người sinh ra.

Chàng Izanagi dùng gươm để chiến đấu với bầy quỷ, nhưng càng chém thì lũ quỷ càng đuổi theo. Lúc đó, chàng cũng thấy được cửa ra của vương quốc kẻ chết. Đã gần đến cửa ra rồi. Nhưng, chàng Izanagi đã quá mệt, và chàng đã ngã gục ở ngay tại đó. Lúc đó, bầy quỷ nhảy bu vào chàng.

"Ôi, thôi rồi"

Khi chàng nghĩ đây có lẽ là ngày tàn của mình thì chàng chợt thấy ở gần đó có một cây đào lớn. Izanagi đã ném quả đào về phía bầy quỷ. Và rồi điều kỳ diệu đã xảy ra. Một quả đào biến thành hai quả, thành bốn quả, và rồi thành nhiều quả đến nỗi không đếm nổi, và những quả đào này lần lượt trúng vào lũ quỷ. Lũ quỷ hoảng sợ và bỏ chạy.

Lũ quỷ bỏ chạy về, nàng Izanami rất căm phẫn, lần này nàng đích thân chạy đến cửa ra của vương quốc kẻ chết. Chàng Izanagi vội vã lấy tảng đá lớn chặn vào cửa ra vào. Không còn một ai có thể ra khỏi vương quốc kẻ chết này.

"Ngươi thật là kẻ tàn nhẫn, từ nay mỗi ngày ta sẽ giết 1,000 người dân của thế giới ngươi."

Nàng Izanami vừa khóc vừa gào lên, nhưng Izanagi thì đáp lại một cách rất điềm tĩnh.

"Nếu như bản thân ngươi có thể làm điều tàn nhẫn đó thì một ngày ta sẽ cố gắng sản sinh ra 1,500 người con"

Và như thế, không ai có thể đến được vương quốc của kẻ chết nữa, một ngày 1,000 người mất đi nhưng lại có 1,500 con cháu được sinh ra.

たしかめよう　解答

Chapter 1　和

Lesson 1：たすきをつなぐ
Ⅰ．1．×　　2．×　　3．×　　4．○　　5．○
Ⅱ．1．例：リレーはバトンをわたしながら走りますが、駅伝はたすきをわたしながら走ります。
　　2．例：標高差が約834mもある箱根の山道をかけあがるので、たいへんです。

Lesson 2：同じ釜の飯？
Ⅰ．1．○　　2．○　　3．×　　4．○　　5．×
Ⅱ．1．例：食事によって、人と人の間に絆が生まれるからです。
　　2．例：健康的なメニューやおしゃれなインテリアを工夫しています。

Lesson 3：オバマ　イン　ヒロシマ
Ⅰ．1．×　　2．×　　3．×　　4．○　　5．○
Ⅱ．1．例：1945年です。
　　2．例：戦後の日本が再び立ち上がれたのは、アメリカ国民のおかげであると感謝し、日米を結び付けている和解の力が、世界にとって、今いちばん必要なものであることを訴えました。

Chapter 2　心

Lesson 1：もったいない
Ⅰ．1．×　　2．○　　3．○　　4．×　　5．○
Ⅱ．1．例：もともと仏教の言葉で、本来の価値を十分に活かしていない、むだになっているという意味です。
　　2．例：3Rを表すだけではなく、命や地球の資源を大切にする敬意がこめられていることに、感動しました。

Lesson 2：魚のとむらい
Ⅰ．1．×　　2．×　　3．○　　4．○　　5．○
Ⅱ．1．例：何万のいわしのとむらい（おそうしき）があると思っています。
　　2．例：うれしかったです。

Lesson 3：奇跡の一本松
Ⅰ．1．×　　2．○　　3．×　　4．○　　5．×
Ⅱ．1．例：7万本の松の中で1本だけ、津波の被害から生き残ったから。
　　2．例：松は枯れてしまいましたが、生きていた頃と同じ姿で保存されて、陸前高田の海辺に立っています。

Chapter 3　美

Lesson 1：今年の漢字
Ⅰ．1．×　　2．○　　3．○　　4．×　　5．○
Ⅱ．1．例：京都の清水寺の舞台で、このお寺の僧侶が特大の紙に筆で書いて、発表します。
　　2．例：北朝鮮のミサイルが北海道沖に落ちて、日本の人びとを不安にしたからです。

Lesson 2：虫の声？　虫の音？
Ⅰ．1．×　　2．○　　3．○　　4．○　　5．○
Ⅱ．1．例：人間は、音楽や機械の音などは右脳で、人の声や言葉は左脳で聞いているからです。
　　2．例：外国で生まれ育って、日本語を話さない場合は、楽器や機械の音のように聞こえます。

Lesson 3：人生は旅
Ⅰ．1．○　　2．×　　3．×　　4．○　　5．○
Ⅱ．1．例：俳句を作りました。
　　2．例：「夏草や　つわものどもが　夢のあと」

Chapter 4　遊

Lesson 1：マンガから未来が見える
Ⅰ．1．○　　2．×　　3．×　　4．×　　5．×
Ⅱ．1．例：やさしくて、人を助けてくれる男の子のロボットです。
　　2．例：人でもないし、ロボットでもないので、悩んでいます。

Lesson 2：無限に遊ぶ
Ⅰ．1．○　　2．○　　3．×　　4．×　　5．×
Ⅱ．1．例：囲碁の石は黒か白です。将棋の駒には漢字が書かれています。そして、駒によって、進め方や強さがちがいます。
　　2．例：石や駒の置き方で、言葉のない会話を続けるからです。

Lesson 3：お化けはこわい？
Ⅰ．1．×　2．○　3．×　4．○　5．×
Ⅱ．1．例：心の中に描いたイメージから生まれました。
　　2．例：「狐の窓」を作って、その窓からのぞくと見抜くことができます。

Chapter 5　生
Lesson 1：生涯現役
Ⅰ．1．×　2．○　3．×　4．○　5．○
Ⅱ．1．例：（それぞれのおじいさんが特技を発揮した）手際のよさに感心しました。
　　2．例：伝統的な文化や工芸の分野でも、ものを作る工場でも、政治の世界でも活躍しています。

Lesson 2：森は生きている
Ⅰ．1．×　2．×　3．○　4．×　5．○
Ⅱ．1．例：日本庭園や馬場、果樹園、小さいゴルフコースなどがありました。
　　2．例：動物や植物が育ち、生きている森のことです。

Lesson 3：国生み
Ⅰ．1．○　2．×　3．○　4．×　5．×
Ⅱ．1．例：死者の国の食べ物を食べてしまったからです。
　　2．例：夫が約束を破って、みにくい自分を見たからです。

■ グラマーノート（和文）

Chapter 1
Lesson 1：
1. V_1- ながら、V_2
- ごちそうを食べながら、テレビで駅伝を見ます。
- はたをふりながら、おうえんします。

　V_1 と V_2 の２つの動作が同時に行われることを表す。主な動作は V_2 の「見る」「おうえんする」であり、文の最後に来る。「ながら」の前の「V_1」には動詞のます形が来る。

2. N_1 という N_2
- 駅伝というリレーマラソンが行われます。
- 箱根という町に行きました。

　N_1 は N_2 の名前を示している。単に「駅伝を見ました」「箱根に行きました」という場合と比べると「という」を使った場合は、話し手か聞き手、またはその双方が駅伝や箱根をあまり知らないという含みがある。

　くだけた話し言葉では、しばしば、「駅伝ってリレーマラソン」「箱根って町」のように「って」という形が使われる。

Lesson 2：
1. V_1- たり、V_2- たりします
- ともに生活をしたり、仕事をしたりする。
- 子どもは自分たちで給食を教室に運んだり、皿に分けたりします。

　いくつかの物のうち、主だったものをあげる時には「茶わんや皿」というように「N_1 や N_2」と助詞「や」を用いる。

　いくつかの主だった動作や行為をあげて、他にもあることを表す場合は、「V_1- たり、V_2- たりする」となる。

2. 連体修飾：文 ＋ N
- 米をたいてご飯にする道具
- 梅ぼしを入れたおべんとう

　名詞は「日本語の本」「大きい本」「有名な本」というようにその前に名詞、形容詞を置いて、名詞の内容や様子を表す他に、文を置いて修飾することができる。動詞文が使われる場合、その動詞は普通形を用いる。

　＊英語で、Noun that/which/who/whom のように名詞を説明する部分は、日本語では名詞の前につく連体修飾節となる。

Lesson 3：
1. 受身：V-(ら)れます
- 広島に原子爆弾が落とされました。
- あちこちで火事になり、町は炎に包まれました。

　行為や動作、できごとを受ける人や物を中心にして表現する形を「受身」という。受身の文には、動詞の受身形が使われる。

　１グループの動詞の受身形は、例文「落とす→落とされる」「包む」→「包まれる」のように、末尾をア段の音に変え、「れる」をつける。２グループの動詞は、語幹に「られる」をつける。３グループの「来る」は「来られる」に、「する」は「される」になる。

2. ... ために

Nのために
- 子供達のために建てられました。

{Nの/V-る} ために
- 過去に解き放たれた恐ろしい力についてよく考えるために、広島に来ました。

{Nの/いA/なA/V(普通形)} ために
- 高い熱によって、ものすごい爆風が起きたために、ほとんどの建物がつぶれて、人びとが下じきになりました。

「...ために」にはいくつかの用法があるが、例文の1つ目は、人や物を表す名詞とともに使われ、その人や物にとっての利益を表す。例文の2つ目は目的を表しており、「広島に来た」目的が「〜恐ろしい力についてよく考える」こと、という関係になる。したがって、二つの動作の主語は同じでなければならない。

例文の3つ目は理由を表している。「ために」の前の文が理由、後の文が結果となる。

Chapter 2
Lesson 1：

1. いA-くなります／{N／なA}になります
- 短くなったえんぴつ
- 日本人は「もったいない」と言わなくなりました。
- 日本語の「もったいない」が、世界の"MOTTAINAI"になりました。
- この川は前よりずっときれいになりました。

物事が変化すること、以前とはちがう状態に変わることを表す。以上のように、い形容詞は「〜くなる」、名詞とな形容詞は「〜になる」となる。

なお、2つ目の例の「言わなくなりました」は、動詞の「ない形」が、い形容詞と同様の活用になる例である。

2. V-ておきます
- 祖母は紙もリボンも、もったいないので、とっておきました。
- 子どもの学費のために、貯金をしておきます。
- お客さんが来るので、お菓子を買っておきました。

後に起こることや、ある目的のため、前もって準備するときに用いる表現。

話し言葉では「とっとく」「しとく」「買っとく」のように「e」が落ち、「...とく」となる。

Lesson 2：

1. {Nの／V(普通形)} ようです
- 浜はまつりの ようだけど 海のなかでは 何万の 鰯のとむらい するだろう。
- 彼女と結婚できるなんて、まるで夢をみているようです。

ものごとの状態、性質、形、そして動作などを異なる何かにたとえて表す。同じ種類の似たものにたとえる他、全く別のものにたとえる場合もある。

話し言葉では「みたいです」がよく使われる。

2. V_1-ずに V_2
- お屋根で 鳴かずに それ見てた。
- 昼ごはんを食べずに仕事をしていたら、3時になってしまった。

後ろに動詞文を伴い、「V_1しない状態でV_2する」という意味を表す。話し言葉でも使うが、多少かたい書き言葉的表現。話し言葉では「V_1ないでV_2」がよく使われる。

Lesson 3：

1. V-てきます／V-ていきます（空間的用法）
- 津波は松原を飲みこみ、陸前高田の町を飲みこんでいきました。

主体が発話時の位置から近づく動作を「〜てくる」、遠ざかる動作を「〜ていく」で表す。

2. V-てきます／V-ていきます（時間的用法）
- 白い砂浜に木々の緑が美しい松原は、海から吹く強い風や、高潮、津波などの被害から、人々を守ってきました。

基準時以前から基準時への推移・変化を「〜てくる」で、基準時から基準時以降への推移・変化を「〜ていく」で表す。

Chapter 3
Lesson 1：

1. {Nだ／なAだ／いA-い／V-る} と、
- 年末になると、どの国でも行事がいろいろあります。
- 日本では春が来ると、さくらがさきます。
- 暑いと、汗が出ます。

特定の個人の考えではなく、一般的な関係を述べる表現。前の出来事を契機に、後の出来事が必ず成立するという関係を表す。前の事が起こるとそれに続いて自動的に後の事が起こるという関係を表すことが多い。したがって、自然の法則を述べる場合などによく使われる。

2. Nとして(は)
- 一年を振り返る行事としては、10大ニュースや一番よかった歌などを選ぶイベントがあります。
- 留学生として、大学で勉強しています。
- 趣味としてフランス語を習いたいです。

名詞に接続し、部類・資格・立場・名目などを表す。

Lesson 2：

1. V(普通形) のです
- みんなは不思議そうな顔で、何も聞こえないと言うのです。
- 人によって、同じ音に気づいたり気づかなかったりするのでしょうか。

複数の用法があるが、ここでは、驚きや発見を伴う事実を述べる、説明や理由を述べる、また理解しがたい事柄について尋ねる用法をとりあげている。他に、誘いを断る理由に理解を求める使い方や、ものを尋ねる際に「〜んですが、」の形で前置きする使い方などもある。

話し言葉では「〜んです」と「の」が「ん」の音に変わる。

2. 形容詞の副詞的用法

- はげしくふり続く雨
- 静かにふる雨

形容詞を副詞のように用いて、動詞を修飾することができる。
い形容詞の場合は、「い」は「く」に変わる。

例）はげしい→はげしく　　強い→強く

な形容詞の場合は、「な」は「に」に変わる。

例）静かな→静かに　　にぎやかな→にぎやかに

Lesson 3：
自動詞と他動詞
自動詞
- 多くの有名な句も生まれました。
- 天の川（天河）が広がっている

他動詞
- 音を詠むということを始めました。
- 5か月 2,400kmの旅を終えました。

自動詞は結果の事実を中心に述べるときに用いる。だれがその行為を行ったかには関心がない。他動詞は動作を中心に述べるときに用いる。「（人）が（目的語）を（他動詞）」の形で使われる。自動詞が使われている1つ目の例文を芭蕉の行為を中心に述べると、他動詞が使われ、次のようになる。

- 芭蕉は多くの有名な句も生みました。

2つ目の例文は、現在の見たままの大自然の状態を述べていて、行為者は存在しないので、自動詞が使われている。

他動詞の例文は2つとも行為者は芭蕉である。言及しなくても明確にわかるので、主語がない。もし、芭蕉に関心がなく、事実として結果を述べる場合は、自動詞が使われ、以下のようになる。

- 音を詠むということが始まりました。
- 5か月 2,400kmの旅が終わりました。

Chapter 4
Lesson 1：
1. ｛Nだっ／なAだっ／いA-かっ／V（普通形）｝たら

- ロボットになったら、病気にもならないし、けがもしません。
- みなさんは、恋人がAIロボットだと分かったらどうしますか。

「～たら…」は仮定の条件を表す。条件や契機を表す。条件や契機を表すには「たら」の他に、「と」「ば」「なら」が使われる。「たら」は「と」のように一般的な心理や法則を表すよりも、個別的なことについて使われることが多い。1番目の例は「ロボットになる」という特定の事態「X」が実現した場合、「病気になったり、けがをしたりしない」というまだ実現していない「Y」が成立する関係を表している。2番目の例は「Xたら、Yか」の形で、聞き手にXの条件下ではどのような行動をとるかをYで問いかけている。このような問いかけの場合、たいてい「たら」が使われ、「ば」は使われない。

　　（×）ロボットだと分かれば、どうしますか。

2. ｛いA-く／V-｝ても／｛N／なA｝でも

- 日本のマンガはジャンルもさまざまで、大人が読んでもおもしろいのです。
- こわれても直したり、取りかえたりできます。

活用語のて形に「も」がついた形。名詞、な形容詞の場合は「でも」となる。逆接の条件を表す。「X」が起きた場合、普通はYではないことを予想するが、実はYだという関係を表している。つまり、「マンガは子どもが読む物だ」「壊れたら問題だ」という一般的な関係を否定している。

Lesson 2：
1. V- てしまいます

- もし、相手の石に囲まれたら、自分の石は取られてしまいます。
- 77歳の有名な棋士が、14歳の新しいプロ棋士に負けてしまいました。

残念な気持ち、悔やまれる思いなどの感慨を表す。この他に、「この本はもう読んでしまいました」のように完了を表す用法もある。

2. V- てみます

- 宇宙をイメージしてみてください。
- それ以上がんばってみても負けるとわかったら、「負けました」とあいさつします。

ためしに何かをすることを表す。

Lesson 3：
1. 使役：V-（さ）せます

- （夫が妻に）毒を飲ませました。
- 母親は子どもに野菜を食べさせました。

人の命令や指示そして思惑などに従って、他の人がある行動をすることを一般的に使役という。

　上の例文はいずれも強制の意味を表す。1グループの動詞の場合は、最初の例文「飲む→飲ませる」のように末尾をア段の音に変えて「せる」をつける。2グループの場合は、2番目の例文「食べる→食べさせる」のように語幹「食べ」に「させる」をつける。「する」は「させる」、「来る」は「来させる」になる。

　話し言葉では、「食べさす」「飲ます」「行かす」などの形が使われることもある。

2. 複合動詞：$V_1 + V_2$

- 結びつきます
- 生き続けます
- 見抜きます

複合動詞とは V_1 として動詞の連用形（動詞のます形から「ます」を除いた形）に V_2 をつけ加えた形をいう。

　上の例文は、V_1 が主動詞となっている。主動詞「結ぶ」に補助動詞「つきます」をつけると、「定着する」という意味が加わる。「生きる」に「続けます」をつけると、「とぎれることなく持続する」という意味が加わる。主動詞「見る」は視覚を通して見るだけでなく、「思う・判断する」ことを表すが、補助動詞の「抜きます」を後につけると、「完全に」という意

味が加わる。

Chapter 5
Lesson 1：
1. {N/ な A/ い A / V}（普通形）そうです
- おじいさんたちに、びっくりしたそうです。
- その手際のよさに感心したそうです。

　普通形の節に続いてその情報が自分が直接得たのではなく、第三者から得た「伝聞」情報だということを表す。
　否定形や過去形などの形はとらず、いつも「そうです」で終わる。
　（×）びっくりしたそうではありません。
　（○）びっくりしなかったそうです。

2. {い A- / な A} さ
- 高齢者が世界に類のない速さで増えました。
- その手際のよさに感心したそうです。
- カードの便利さの裏には危険がある。

　い形容詞・な形容詞の語幹に「さ」をつけることにより名詞となり、その程度・状態を表す。

Lesson 2：
1. V- るまま（に）
- できるだけ人の手を入れずに、植物が成長し、年を取り、朽ちていくままになさったのです。
- 木々の根元の下草は伸びるままに、落ち葉は積もるままにしました。

　上記例文のように動詞の原形とつなげる場合、「自然の成り行きに任せる」という意味を表す。また、以下のように動詞のた形やない形、そしてい形容詞、な形容詞、名詞とつなげた場合、その「状態を変えない」という意味を表す。
　日本の家は、靴を履いたまま上がってはいけません。
　生のまま食べてください。焼かないほうがおいしいです。

2. {V- る / V- ない} ように
- 豊かな森が、人間の手によって、その姿を変えてしまうことがないように
- 「森の人」がふるさとの森で生きていけるように、日本をはじめ世界の国々が、いろいろな取り組みを行っています。

　「X ように Y」という形で、X が望まれる状態を表し、それを成立させるために Y の動作や行動を行うことを述べている。
　上の例文の場合、「豊かな森が人間の手によって、その姿を変えてしまうことがない」状態、「森の人がふるさとの森で生きていける」状態を成立させるために「いろいろな取り組みを行っている」という意味である。したがって Y には話し手の意志的な行為を表す動詞が来る。一方、X には無意志的な行為を表す動詞や可能形、否定形、または「なる」などの状態を表す動詞が使われることが多い。

Lesson 3：
敬語

　聞き手や話題の人を尊重するには、敬語を使う。敬語は一般には、尊敬語と謙譲語の二種類がある。尊敬語は聞き手や話題の人の行為、状態、所有物などに使われるのに対し、謙譲語は話し手自身の行為に使われる。

尊敬語

　尊敬語の動詞は例文 1、2 のように合成した形と 3 のように基本的な動作・行為を表す動詞には特別な形がある。

1. V-（ら）れます
- 二人の神様は、海を固めて陸地を作ろうと思われました。
- イザナギは何日も何日も歩かれました。

2. お V- になります
- イザナギとイザナミという神様がお生まれになったのです。
- イザナギは、死者の国の入口にお着きになりました。

3. 特別な形
- 絶対に私をごらんにならないとお約束くださいね。
- イザナギは静かにおっしゃいました。

■写真提供・協力
　株式会社アフロ
　音羽山　清水寺
　金子みすゞ著作保存会
　小泉八雲記念館
　写真 AC
　スターフェスティバル株式会社
　公益財団法人　日本漢字能力検定協会
　公益社団法人　日本将棋連盟
　広島県　商工労働局　観光課
　広島平和記念資料館
　宝珠山　立石寺
　毎日新聞社　MOTTAINAI キャンペーン事務局
　山寺観光協会
　よみうりカルチャー荻窪
　陸前高田市　企画部　まちづくり戦略室
　iStock
　Patricia Donegan
　photolibrary
　PIXTA
　Shutterstock

■画像
　株式会社石森プロ
　イラスト AC
　国立国会図書館デジタルコレクション
　株式会社サンライズ
　株式会社手塚プロダクション
　同志社大学図書館
　『もっと知りたい円山応挙　生涯と作品』樋口一貴（2013 東京美術）
　Wikimedia Commons

■本文協力
　小野ひろこ（p.82「無限に遊ぶ」，p.85「「だめ」は碁盤の上に」，p.86「人口知能の時代も人間らしく」）

■謝辞
　熱意を持って辛抱強く、最後まで編集に当たってくださったくろしお出版の
　市川麻里子さん、坂本麻美さん、金髙浩子さんに心から感謝を申しあげます。
　　　　　　　　　　　　　　　　　　　　　　　　　　　執筆者一同

■執筆者
　安達幸子　　（あだちさちこ）（代表）
　調所三恵子　（ちょうしょみえこ）
　新野佳子　　（にいのよしこ）
　水野晴美　　（みずのはるみ）
　宮下しのぶ　（みやしたしのぶ）

■協力
　石川あい子（p.109「イチョウの復活」原案）
　立花敬（Chapter 題字）
　谷野由佳，藪亀いずみ
　――――以上、公益社団法人 国際日本語普及協会（AJALT）所属日本語教師

■翻訳
　英語：池地由紀，ほか
　中国語：嚴 馥
　ベトナム語：Trần Công Danh（チャン・コン・ヤン）

■装丁
　庄子結香

■イラスト
　なかしまじゅんこ

Reading Road
多様な日本を読む
たよう　にほん　よ

2019年4月19日　第1刷 発行

[著者]	公益社団法人 国際日本語普及協会（AJALT）
[発行人]	岡野秀夫
[編集][発行所]	くろしお出版
	〒102-0084　東京都千代田区二番町4-3
	Tel：03・6261・2867　　Fax：03・6261・2879
	URL：http://www.9640.jp　Mail：kurosio@9640.jp
[印刷]	三秀舎

Ⓒ 2019　Association for Japanese-Language Teaching
ISBN 978-4-87424-792-1 C0081

乱丁・落丁はお取り替えいたします。本書の無断転載・複製・複写（コピー）・翻訳を禁じます。
本書を第三者に依頼して、スキャンやデジタル化することは、たとえ個人や家庭内利用であっても、著作権上認められておりません。